நாவலும் வாசிப்பும்
ஒரு வரலாற்றுப் பார்வை

நாவலும் வாசிப்பும்
ஒரு வரலாற்றுப் பார்வை

நாவல் என்ற புதிய கலைவடிவம் தமிழ்ச் சமூகத்தில் நுழைந்து, நிலைபெற்ற கதை இது. தொடக்க காலத்தில் நாவலைத் தமிழ் நடுத்தர வர்க்க அறிவாளர்கள் எவ்வாறு எதிர்கொண்டனர் என்பது பற்றிய சுவையான விவாதம் விரிவாக ஆராயப்பட்டுள்ளது. அச்சுத் தொழில்நுட்பத்திற்கு முந்திய பாரம்பரியமான வாசிப்பு முறைகளில் நாவல் எத்தகைய உடைவை ஏற்படுத்தியது, மௌன வாசிப்பு முறை தமிழ்ப் பண்பாட்டில் எவ்வாறு தோன்றியது என்பதையும் இந்நூல் விவரிக்கின்றது.

ஆ.இரா. வேங்கடாசலபதி தமிழ்ச் சமூக வரலாறு தொடர்பாகக் குறிப்பிடத்தகுந்த ஆய்வுகள் செய்துவருபவர். சென்னை வளர்ச்சி ஆராய்ச்சி நிறுவனத்தில் *(Madras Institute of Development Studies)* பேராசிரியராக இருக்கும் இவர், மனோன்மணியம் சுந்தரனார் (திருநெல்வேலி), சென்னை, சிகாகோ, சிங்கப்பூர் பல்கலைக்கழகங்களில் பணியாற்றியிருக்கிறார். வி.கே.ஆர்.வி. ராவ் விருதும் (2007), விளக்கு புதுமைப்பித்தன் விருதும் (2018), கனடா இலக்கியத் தோட்டத்தின் வாழ்நாள் சாதனையாளருக்கான 2021ஆம் ஆண்டின் இயல் விருதைப் பெற்றிருக்கிறார்.

ஆ. இரா. வேங்கடாசலபதியின் பிற நூல்கள்

எழுதியவை

வ. உ. சியும் திருநெல்வேலி எழுச்சியும் (1987)
பின்னி ஆலை வேலைநிறுத்தம், 1921 (1990) (இணையாசிரியர்: ஆ. சிவசுப்பிரமணியன்)
அந்தக் காலத்தில் காப்பி இல்லை முதலான ஆய்வுக் கட்டுரைகள் (2000)
நாவலும் வாசிப்பும் (2002)
முல்லை: ஓர் அறிமுகம் (2004)
முச்சந்தி இலக்கியம் (2004)
பாரதி: கவிஞனும் காப்புரிமையும் (2015)
ஆஷ் அடிச்சுவட்டில்: அறிஞர்கள், ஆளுமைகள் (2016)
எழுக, நீ புலவன்!: பாரதி பற்றிய கட்டுரைகள் (2016)
தமிழ்க் கலைக்களஞ்சியத்தின் கதை (2018)
திராவிட இயக்கமும் வேளாளரும் (1927–1944) (2019)

பதிப்பித்தவை

வ. உ. சி. கடிதங்கள் (1984)
மறைமலையடிகளார் நாட்குறிப்புகள் (1988)
வ. உ. சியும் பாரதியும் (1994)
பாரதியின் கருத்துப்படங்கள்: 'இந்தியா' 1906–1910 (1994)
அன்னை இட்ட தீ: புதுமைப்பித்தன் (1998)
வ. உ.சியின் சிவஞான போதவுரை (1999)
புதுமைப்பித்தன் கதைகள்: முழுத் தொகுப்பு (2000)
புதுமைப்பித்தன் கட்டுரைகள் (2002)
அண்ணல் அடிச்சுவட்டில் – ஏ. கே. செட்டியார் (2003)
பாரதி: 'விஜயா' கட்டுரைகள் (2004)
புதுமைப்பித்தன் மொழிபெயர்ப்புகள் (2006)
பாரதி கருவூலம்: 'ஹிந்து' நாளிதழில் பாரதியின் எழுத்துகள் (2008)
திலக மகரிஷி – வ.உ.சி. (2010)
பாரதியின் சுயசரிதைகள்: கனவு, சின்னச் சங்கரன் கதை (2014)
சென்றுபோன நாட்கள்: எஸ்.ஜி. இராமாநுஜலு நாயுடு (2015)
புதுமைப்பித்தன் வரலாறு: தொ.மு.சி ரகுநாதன் (2016)
உ.வே. சாமிநாதையர் கடிதக் கருவூலம் (2018)
வ.உ.சி: வாராது வந்த மாமணி (2022)

தமிழாக்கம்

பாப்லோ நெருடா, துயர்மிகு வரிகளை இன்றிரவு நான் எழுதலாம் (2005)
வரலாறும் கருத்தியலும் (Romila Thapar's Past and Prejudice) (2008)

In English

(trans), Tranquillity -Bharatidasan (1987)
(trans), J.J. Some Jottings -Sundara Ramaswamy (2003)
In Those Days There Was No Coffee: Writings in Cultural History (2006)
(ed.) A.K. Chettiar, In the Tracks of the Mahatma: The Making of a Documentary (2006)
(ed.) Chennai, Not Madras: Perspectives on the City (2006)
(ed.) M.L. Thangappa, Love Stands Alone: Selections from Tamil Sangam Poetry (2010)
(ed.) M.L. Thangappa, Red Lilies and Frightened Birds: 'Muttollayiram' (2011)
The Province of the Book: Scholars, Scribes, and Scribblers in Colonial Tamilnadu (2013)
(co-ed.), Beyond Tranquebar: Grappling Across Cultural Borders in South India (2014)
Who Owns That Song?: The Battle for Subramania Bharati's Copyright (2018)
Tamil Characters: Personalities, Politics, Culture (2018)
The Brief His tory of a Very Big Book: The Making of the Tamil Encyclopaedia
Swadeshi Steam: V.O. Chidambaram Pillai and the Battle agains t the British Maritime Empire

நாவலும் வாசிப்பும்
ஒரு வரலாற்றுப் பார்வை

ஆ. இரா. வேங்கடாசலபதி

காலச்சுவடு பதிப்பகம்

அன்பார்ந்த வாசகருக்கு,

வணக்கம்.

காலச்சுவடு நூலை வாங்கியமைக்கு நன்றி.

நூலின் உள்ளடக்கம், உருவாக்கம், அட்டைப்படம் இன்ன பிற அம்சங்கள் பற்றிய உங்கள் கருத்துகளையும் ஆலோசனைகளையும் காலச்சுவடு வரவேற்கிறது. தகவல், எழுத்து, வாக்கியப் பிழைகள் தென்பட்டால் அவசியம் தெரிவித்து உதவுங்கள். நூல் தயாரிப்பில் கடும் குறைபாடு இருப்பின் மாற்றுப் பிரதி உங்களுக்குக் கிடைக்கக் காலச்சுவடு ஏற்பாடு செய்யும்.

மின்னஞ்சல்: **publisher@kalachuvadu.com**

காலச்சுவடு நாகர்கோவில் அலுவலகத்திற்குக் கடிதம் அனுப்பலாம்.

தங்கள்

எஸ்.ஆர். சுந்தரம் (கண்ணன்)

பதிப்பாளர் — நிர்வாக இயக்குநர்

நாவலும் வாசிப்பும்: ஒரு வரலாற்றுப் பார்வை ♦ ஆசிரியர்: ஆ. இரா. வேங்கடா சலபதி ♦ © ஆ. இரா. வேங்கடாசலபதி ♦ முதல் பதிப்பு: ஆகஸ்ட் 2002, பத்தாம் பதிப்பு: டிசம்பர் 2024 ♦ வெளியீடு: காலச்சுவடு பப்ளிகேஷன்ஸ் (பி) லிட்., 669 கே. பி. சாலை, நாகர்கோவில் 629001

Novelum Vasippum: Oru Varalattru Parvai ♦ A monograph on the novel and reading practices in colonial Tamilnadu ♦ A.R. Venkatachalapathy ♦ © A.R. Venkatachalapathy ♦ Language: Tamil ♦ First Edition: August 2002, Tenth Edition: December 2024 ♦ Size: Demy 1×8 ♦ Paper: 18.6 kg maplitho ♦ Pages: 136

Published by Kalachuvadu Publications Pvt.Ltd., 669 K.P. Road, Nagercoil 629001, India ♦ Phone: 91-4652-278525 ♦ e-mail: publications @kalachuvadu.com ♦ Printed at Adyar Students xerox Pvt. Ltd., No. 275 Habibullah Road, Triplicane high Road, Opp Triplicane Post Office, Triplicane, Chennai 600005

ISBN: 978-81-87477-27-3

12/2024/S.No.40, kcp 5490, 18.6 (10) uss

சி. சு. மணி
அவர்களுக்கு

பொருளடக்கம்

முன்னுரை	11
1. நாவலின் நிலைபேறு	17
2. தமிழ்ச் சமூகமும் வாசிப்பு முறைகளும்	49
3. மௌன வாசிப்பின் தோற்றமும் எழுச்சியும்	60
4. வாசகர்கள்: பரப்பும் பின்புலமும்	82
5. நாவலாசிரியர்கள்: வாழ்க்கை வரலாற்றுக் குறிப்புகள்	88
முடிவுரை	93
பிற்சேர்க்கைகள்	97
சான்றுப் பட்டியல்	133

முன்னுரை

இரங்கற்பா பாடப்படும்பொழுதெல்லாம் உயிர்த்தெழுவது நாவலுக்கு வழக்கமாகிவிட்டது. உலக அளவில் இல்லை யென்றாலும்கூட, இந்திய அளவில் நாவலுக்கு ஏறுமுகம்தான். இன்று இந்திய-ஆங்கில நாவலின் காலம் என்றுகூடச் சொல்லலாம். நாளும் நாவல்கள் வெளிவந்தவண்ணமாய் உள்ளன. மதிப்புரைகளுக்கும் பரிசுகளுக்கும் குறைவில்லை. இந்திய நாவல் என்ற கருத்தாக்கம், இந்தியக் கதைசொல் மரபுக்கும் மேலைக் கதைசொல் மரபுக்குமான ஒப்புமை, நவீனக் கதையாடல் என்பன பற்றிய சீரிய விவாதங்களும் மிகுந்துள்ளன. இந்தியாவின் தொடக்க கால நாவல்கள் பற்றிய அக்கறையும் மிகுந்துள்ளது. இந்திய நாவல் மரபைப் பற்றிய முக்கியமான கருதுகோள்களைப் பண்பாட்டுப் பொருண்மை வாத நோக்கிலிருந்து முன்வைத்த பேராசிரியர் மீனாட்சி முக்கர்ஜி, சாகித்திய அக்காதெமியின் ஆதரவில் ஒழுங்கு செய்த 'தொடக்க கால இந்திய நாவல்கள்' கருத்தரங்கின் கட்டுரைகள் அண்மையில் நூல் வடிவம் பெற்றுள்ளன. இதனை எழுதுகின்ற வேளையில், இதே பொருள் பற்றி ஒரு நூலை அசோகமித்திரன் அண்மையில் வெளியிட்டுள்ளதாக அறிகிறேன்.

சிறுகதைக்கு மிக மூத்தது நாவல். காலனியச் சூழலில் இந்நவீன இலக்கிய வடிவங்களை இறக்குமதி செய்த தமிழ்ச்

சமூகத்திலும், சிறுகதைக்கு இரண்டு தலைமுறைக்கு முன்பே னும் நாவல் வந்துவிட்டது. ஆனால், நாவலைவிடச் சிறுகதை யில்தான் தமிழின் சாதனை அதிகம் என்று தேர்ந்த திறனாய் வாளர்கள் சொல்கிறார்கள். இருந்தாலும், சிறுகதையைவிட நாவலைப் பற்றியே ஒப்பீட்டளவில் அதிக ஆய்வுகள் தமிழில் வெளிவந்துள்ளன.

கி. வா. ஜகந்நாதனின் *தமிழ் நாவல் தோற்றமும் வளர்ச்சி யும்* ஒரு முதல் முயற்சி. ஏராளமான தகவல்களோடு எழுதப் பட்ட சிட்டி - சிவபாதசுந்தரத்தின் *தமிழ் நாவல்: நூறாண்டு வரலாறும் வளர்ச்சியும்* இன்றளவும் மிகுந்த கவனத்திற்குரியது. இன்று கிடைப்பதற்கரியதான பல நாவல்கள் பற்றிய செய்திகள் அதில் உண்டு. ஆனால், பகுப்பாய்வு என்று பார்க்கும்பொழுது க. கைலாசபதியின் *தமிழ் நாவல் இலக்கியம்* முன்னிற்கின்றது. முதலாளித்துவத்தின் வளர்ச்சியோடு உருப்பெறும் தனிமனித வாதத்தின் பின்புலத்தில் தமிழ் நாவலைக் கைலாசபதி பார்க் கிறார். லூகாச், ரால்ஃப் பாக்ஸ், ஆர்னால்டு கெட்டில், அயன் வாட் ஆகிய மார்க்சிய விமரிசகர்களின் ஆய்வு முறைகளையும் முடிவுகளையும் கருத்தில் கொண்டு, ஒரு தெளிவான வாதக் கட்டுக்கோப்புக்குள், அவருக்கே உரியதொரு சரளமான நடையில் கைலாசபதி எழுதுகிறார். அவர் நூலில், தமிழ் நாவ லின் தோற்றம் பற்றிய முற்பகுதி வலுவானது. கைலாசபதியின் நூலைப் பற்றி வெங்கட் சாமிநாதனின் நிதானமில்லாத விமரிசனத்திற்கு எம். ஏ. நுஃமான் எழுதிய மறுப்புரை, கைலாசபதி முன்வைக்கும் வாதத்தின் பலம், பலவீனம் இரண்டையுமே சீராக மதிப்பிடுகின்றது எனலாம்.

தமிழ் நாவல் பற்றிய முக்கியமான அவதானிப்புகளைக் க.நா.சு. செய்திருக்கிறார். இலக்கிய அனுபவம், தரம் என்பதே அவருக்கு முக்கியமாக இருந்திருக்கின்றன. அங்குமிங்குமாக அவர் எழுதிய கட்டுரைகளைத் தவிர, *முதல் ஐந்து தமிழ் நாவல்கள்*, *நாவல் கலை* ஆகிய நூல்களும் வெளிவந்திருக் கின்றன. இத்துறையில் ஆழமான படிப்புள்ளவர் என்பது முதற்பார்வையிலேயே தெரிந்தாலும், அவருடைய அவதா னிப்புகள் தொடக்க நிலை வாசகரையே இலக்காகக் கொண் டுள்ளன. மேலும், க.நா.சு. எந்தவொரு கருதுகோளையும் முன்வைக்கவில்லை.

ஒரு படைப்பாளியின் வாழ்க்கை தரிசனத்தின் வெளிப் பாடாக நாவலைப் பார்க்கிறார் ஜெயமோகன். இதன் அடிப் படையில் ஒரு பருந்துப் பார்வையாகத் தமிழ் நாவல்களை அவர் மதிப்பிட்டிருக்கிறார்.

தமிழ் இலக்கிய உலகத்தில் உருவம், உள்ளடக்கம் என்ற இருமை பற்றியதாக விவாதங்கள் அமைந்திருந்ததையும் மறந்துவிடுவதற்கில்லை. பின்நவீனத்துவத் திருப்பத்திற்குப் பிறகு, கதையாடல் முறை பற்றி கவனம் திரும்பியிருக்கிறது.

கதையாடல் பற்றிய தன்னுணர்வு மிகுந்த பிரதிகள் பற்றிய அக்கறை எழுந்துள்ளது; யதார்த்தவாத நாவலின் மரணமும் பறைசாற்றப்பட்டுள்ளது.

தமிழ் நாவல் பற்றிய பார்வைகளின் முக்கியப் போக்குகள் இவையென்று சொல்லலாம். தொடக்க கால நாவல்கள் பற்றிய விவாதத்தைச் சற்றேனும் விரிவுபடுத்த வேண்டும் என்ற நோக்கத்தில் இந்நூல் எழுதப்பட்டுள்ளது.

ஒவ்வொரு சமூகப் பண்பாட்டிலும் உள்ள அசைவியக்கங் களுக்கு ஏற்ப, அதற்குள் தொழிற்படும் கலை வடிவங்களுக்குத் தனித்த வரலாறு இருக்கும் என்ற துணிபு இந்நூலில் தொக்கி நிற்கிறது. அவ்வாறே நாவல் தமிழ்ச் சமூகத்தில் நிலைபேற டைந்ததை விரிவான தகவல்களின் அடிப்படையில் நிறுவ முயன்றுள்ளேன்.

பல சமயங்களில் தொடக்க கால நாவல்கள் பற்றிய ஆய்வு, எது முதல் நாவல் என்பது பற்றிய மயிர்பிளக்கும் வாதமாக அமைந்துவிடுகின்றது. நாவல் என்ற கலைவடிவத்தைச் சமூக அசைவியக்கத்தின் சூழலில் வைத்தே புரிந்துகொள்ள முடியும். இதுவா, அதுவா, எது முதல் தமிழ் நாவல் என்ற வாதம் வரையறுத்த பயனே உடையது. *ஆதியூர் அவதானி சரிதம் (1875)* என்ற செய்யுளில் எழுதப்பட்ட படைப்பே முதல் தமிழ் நாவல் என்று சிட்டி - சிவபாதசுந்தரம் வாதிட்டுள்ளனர். கவிதை யில் நாவல் *அமையவே முடியாது* என்பதன்று நம் வாதம். (விக்ரம் சேத் எழுதிய 'கோல்டன் கேட்' என்ற கவிதை நாவலை முதல் உதாரணமாகச் சிட்டி - சிவபாதசுந்தரம் கூறு வதும் சரியில்லை. அதற்கு ஒன்றரை நூற்றாண்டுக்கு முன்பே ருஷ்யப் பெருங்கவிஞர் அலெக்சாந்தர் பூஷ்கின் 'யூஜினி ஒனிஜின்' என்ற நாவலைப் பன்னான்கடி சானட்டுகளில் எழுதி விட்டார்.) பொதுநிலையிலிருந்தே சிறப்பு நிலைக்குச் செல்ல முடியும். 'மரபுக்குள் புரட்சி' *(revolt within convention)* என்ற அடிப்படையில் இதைப் புரிந்துகொள்ள வேண்டும். செய்யுளில் கவிதை எழுதப்பட்டு, அது பெரு வழக்கமான பிறகுதானே வசனத்தில் கவிதை தோன்ற முடியும்; தோன்றியது. (வெஜிட பிள் பிரியாணி, தக்காளி ஆம்லெட் என்பது போல ஒரு புது வழக்காறே செய்யுளில் நாவல் என்பதும்.) அதைப் போலவே உரைநடையில் நாவல் எழுதப்பெற்று பரவலாக வழங்கிய பின்பே செய்யுளில் நாவல் எழ முடியும். முதல் நாவலே அவ் வாறானதாக இருக்க இயலாது. மேலும், சிட்டி - சிவபாதசுந் தரத்தின் தர்க்கப்படி பார்த்தால், நம் நாட்டார் கதைப் பாடல் களையும், அம்மானைகளையும் நாவல்களாகவே கருத வேண்டியிருக்கும்.

எனவே, எது முதல் நாவல் என்பது போன்ற விவாதங்களி லிருந்து விலகி, விரிந்த சூழலில் வைத்தே நாவலின் தோற்றத்

தையும், நிலைபேற்றையும் அணுக வேண்டும் என்ற முறையில் இச்சிறு நூல் அமைந்துள்ளது.

தமிழ் நாவலின் நிலைபேற்றை அறிய, தொடக்க கால நாவல்கள் எழுதப்பட்ட பத்தொன்பதாம் நூற்றாண்டின் பிற் பகுதியில் தொடங்காமல், நாவல் என்ற வடிவம் பற்றிய கடுமை யான விவாதங்கள் வெளிப்பட்ட இருபதாம் நூற்றாண்டின் முற்பகுதியிலேயே இந்நூலின் கவனம் குவிமையம் கொண் டுள்ளது. *1920*களிலும் *'30*களிலும் நாவல்களின் பெருக்கத் தோடு நடுத்தர வர்க்க அறிவாளர்களிடையே கடுமையான விவாதங்கள் எழுந்தன. இவ்விவாதங்களில் நாவலை முகாந்திர மாகக் கொண்டு, காலனியச் சூழலில் நவீனமாகிவந்த தமிழ்ச் சமூகம் பற்றிய முக்கியமான பிரச்சனைகள் விவாதிக்கப் பட்டன. இந்த விவாதங்களின் ஊடேதான் நாவல் காலூன்றி யது என்று இந்நூல் துணிகின்றது. பத்தொன்பதாம் நூற்றாண் டின் கடைப்பகுதியில் எழுதப்பட்ட நாவல்கள் தொடக்க கால நாவல்கள் என்றும், அவையே நாவலுக்குச் சிறந்த உதாரணங் கள் என்றும், சொல்லப்போனால் புதிய/நவீன இலக்கியக் கருவூலம் *(literary canon)* என்றும் வரையறுக்கப் பட்டதும் இவ்விவாதங்களின் வழியேதான்.

நாவலைப் பற்றிப் பேசும்போது வாசிப்பைப் பற்றிப் பேசாமல் இருக்க இயலாது. ஆனால், வியப்புக்குரிய வகை யில், வாசிப்பு, வாசகர்கள் பற்றிய இடைப்பிறவரலான குறிப்பு கள் தவிர, தமிழ் நாவல் பற்றிய ஆய்வுகளும் விமரிசனங் களும், அவர்களைப் பற்றிக் காத்திரமாக ஒன்றும் சொல்ல வில்லை. அவ்வகையில் இந்நூல் முக்கியமான சில முதல் தப்படிகளை எடுத்து வைக்கின்றது என்று சொல்லலாம்.

மௌன வாசிப்பு என்ற புதியதொரு, நவீன வாசிப்பு முறை யும் *(mode of reading)* அதனையொட்டிய வாசிப்புப் பழக்கங் களும் *(reading practices)* நாவலின் நிலைபேற்றோடுதான் தமிழ்ச் சமூகத்தில் உருப்பெற்றது என்று இந்நூல் நிறுவ முயல்கிறது. இதற்காக, தமிழ்ச் சமூகத்தில் அதற்கு முன்பு வரை கோலோச்சிய வாசிப்பு முறைகளையும் பழக்கங்களை யும் பல தகவல்களைக் கொண்டு இந்நோக்கிலிருந்து ஆராய்ந் துள்ளேன். இது வாசகர்களுக்குப் புதிதாக இருப்பதோடு, படிக்கவும் சுவையாக இருக்கும் என நம்புகிறேன்.

புள்ளிவிவரங்கள் நம் நாட்டில் அருமை என்பது தெரிந்ததே. ஒரு புதிய நிகழ்வுப்போக்கின் வளர்ச்சி என்று சொல்லும்போது எண்ணிக்கை/அளவு என்பது பற்றிக் கருதாமல் இருக்க இய லாது. இருப்பினும், கிடைக்கக்கூடிய குறைபாடுடைய தகவல் களிலிருந்து நாவல்களின் எண்ணிக்கை, வாசகர்களின் அளவு, சமூகப் பின்புலம் ஆகியன பற்றி ஊகிக்க முயன்றுள்ளேன்.

உள்ளதும் போச்சுதடா என்றவாறு இருக்கின்ற குறைவான சான்று மூலங்களும் அருகிவருகின்றன. இங்கே ஒரு அனுப

வத்தைப் பகிர்ந்துகொள்ள வேண்டும். மன்னார்குடியிலுள்ள கோட்டூர் அரங்கசாமி முதலியார் நூல்நிலையத்தைப் பழந் தமிழ் நாவல்களின் களஞ்சியம் என்று சொல்வார்கள். இரண்டாண்டுகளின் முன்னர் (ஜூன் 2000) ஆயுவுத் தோழர்கள் இருவரோடு (பழ. அதியமான், பா. மதிவாணன்) அந்நூலகம் சென்றிருந்தேன். நீதிமன்ற வழக்கிலே அல்லாடிக்கொண்டிருந்த அந்நூலகத்திற்குள் பெருமுயற்சியின் பிறகே நுழைய இயன்றது. பூட்டிய கதவைத் திறந்து உள்ளே நுழைந்ததும், ஓயாததோர் ஊங்காரம் காதைக் குடைந்தது. என்னவென்று பார்த்தோம். புற்றீசல். தம் நுண்பற்களைக் கொண்டு அவை நாவல்களை மிக விரைவாக வாசித்துக்கொண்டிருந்தன. ஒன்றும் செய்ய முடியாமல், கையைப் பிசையும் கையாலாகாத நிலை. தேடிச் சென்றவற்றைப் பார்க்க முடியாமல் திரும்பினோம்.

அறிவையும் ஆவணங்களையும் ஜனநாயகப்படுத்துவதே அவற்றைப் பாதுகாக்கச் சிறந்த வழி. அதற்கொப்ப, நாவல்கள் பற்றிய விவாதக் கட்டுரைகளைப் பிற்சேர்க்கையாக வழங்கியுள்ளேன். இது தொடர்பாக மேலும் ஆழமாகச் சிந்திக்க நினைப்போர்க்கு மட்டுமல்லாமல், அக்கால மணத்தை நுகர விரும்பும் வாசகருக்கும் இவை பயன்படும் என நம்புகிறேன்.

தமிழ்ப் பதிப்புலக வரலாறு தொடர்பான என் ஆய்வின் ஒரு பகுதி, நாவலின் மூலமாகத் தமிழ்ப் பதிப்புலகம் புரவலரிடமிருந்து விலகிச் சந்தையை நோக்கித் திரும்பியதைப் பற்றியது. புது தில்லி ஜவாகர்லால் நேரு பல்கலைக்கழகத்தின் வரலாற்று ஆய்வு மையத்தில் கையளிக்கப்பட்ட அந்த முனைவர் பட்ட ஆய்வேட்டில் தமிழகத்தில் வாசிப்பு முறைகளும், வாசிப்புப் பழக்கங்களும் பற்றியும் வரலாற்றுப் போக்கில் நோக்கியிருந்தேன். தமிழ்ப் பதிப்புலகத்தின் போக்கைப் பற்றிய பிறிதொரு கருதுகோளை முன்னெடுப்பதற்காக எழுதப்பட்ட இவ்விரண்டு இயல்களையும், தமிழில் நாவலின் நிலைபேறு என்ற நோக்கில் பெருமளவுக்கு விரிவாக்கி இந்நூலை எழுதியுள்ளேன்.

ஆங்கிலத்தில் எழுதப்பட்ட இந்த ஆய்வின் பகுதிகள் *Studies in History (1994)*, *The Indian Economic and Social History Review (1997)* ஆகிய ஆய்விதழ்களிலும், மீனாட்சி முக்கர்ஜி தொகுத்த *Early Novels in India (2002)* என்ற நூலிலும் இடம்பெற்று, ஆய்வு வட்டத்திற்குள் பரவலான கவனம் பெற்றன. இக்கட்டுரைகளின் வெவ்வேறு வடிவங்கள் திருநெல்வேலி, சென்னை, திருவனந்தபுரம், மைசூர், புது தில்லி, கேம்பிரிட்ஜ், பாரீஸ் ஆகிய இடங்களில் படிக்கப்பட்டன. ஆங்கிலத்தில் முன்வைக்கப்பட்ட கட்டுரைகளைக் கேட்டும் படித்தும் கருத்துரைத்தவர்கள் பலர். என் கருதுகோள்களை ஏற்றுக்கொள்ளாவிட்டா

லும், ஆர்வத்தோடு அவற்றை எதிர்கொண்டு, எதிர் வினை யாற்றியவர்களுக்கு என் முதல் நன்றி.

முதல் இயலின் தமிழ் வடிவம் தமிழ் இனி 2000 மாநாட்டில் வாசிக்கப்பட்டது.

தமிழ் வடிவத்தைப் படித்துக் கருத்துரைத்தவர்கள் ஆ. சிவசுப்பிரமணியன், பா. மதிவாணன்.

இந்நூலை அச்சேற்றுவதில் வழக்கம் போலவே துணை நின்ற திரு. எம். சிவசுப்ரமணியன் (எம். எஸ்.), இந்நூல் தம் இளமைக் கால வாசிப்பு அனுபவங்களை நினைவுகூர வைத்த தெனச் சொல்லியது மனநிறைவளித்தது.

இந்நூலை எழுதுவதற்குப் பயன்பட்ட நூல்களையும் ஆவணங்களையும் பார்வையிட அனுமதி வழங்கியவர்கள்: சென்னை மறைமலையடிகள் நூல்நிலையமும் அதன் செயலாளர் திரு. இரா. முத்துக்குமாரசாமி அவர்களும்; சென்னை உ. வே. சாமிநாதையர் நூல்நிலையமும் அதன் பாதுகாவலரும்; தமிழ்நாடு ஆவணக்காப்பகமும் அதன் சிறப்பு ஆணையாளரும்; சென்னை ரோஜா முத்தையா ஆராய்ச்சி நூலகமும் அதன் இயக்குநரும்.

பொறுப்புணர்வுடன் நூலை ஒளியச்சுக்கோத்தவர்கள் திருமதி சு. நாகம்மாள், செல்வி செ. கனிதா தேவி.

இவர்கள் அனைவர்க்கும் என் நன்றியைச் செலுத்துகிறேன்.

தமிழின் நீண்ட புலமை மரபின் ஒரு கண்ணியான திரு. சி. சு. மணி அவர்கள் தமிழும் தத்துவமும் துறைபோகக் கற்றவர். திருநெல்வேலியில் ஆசிரியராகப் பணியாற்றிய பொழுது, என் அறிவுத் தேட்டத்திற்கு வற்றாத சுனையாக விளங்கியவர். அந்நன்றியின் அடையாளமாக இந்நூல் அவருக்குக் கையுறை.

1

நாவலின் நிலைபேறு

'புற்றீசல்களும் கோழிகளும்': நாவல் வெள்ளம்

முதல் உலகப் போர் தொடங்கிய காலத்தையொட்டி (1910 கள்) தமிழகத்தில் நாவல்கள் ஏராளமாக வெளிவரத் தொடங்கின. அக்காலப் பகுதியில் வெளியான சுதேசமித்திரன், ஆனந்த போதினி, அமிர்தகுண போதினி, விவேகோதயம், லக்ஷ்மி முதலான இதழ்களில் இந்நாவல்களின் விளம்பரங் களைப் பரக்கக் காணலாம். நூற்றுக்கணக்கான நாவல்கள் இவ்விளம்பரங்களில் பட்டியலிடப்பட்டுள்ளன. இப்பெருக் கத்தை 'நாவல் வெள்ளம்' என்றே சமகாலத்துக் கட்டுரை யாளர் ஒருவர் குறிப்பிட்டிருக்கிறார்.¹

அந்நாவல்களின் தலைப்புகளே அவற்றின் தன்மையைச் சுட்டிக்காட்டுவனவாகவும் அமைந்துள்ளன: வெண்கலச் சிலை அல்லது கன்னியின் முத்தம், கனகாங்கி அல்லது கழுகுமலைக் கள்ளன், பொன்னுசாமித் தேவர் கொலை, இரத்னபுரி இரகசியம், பச்சை மோதிரத்தின் மர்மம், புருஷனை ஏமாற்றிய புஷ்பவல்லி, கள்ளனும் விலைமகளும், சோபன வீட்டில் சுகமிழந்த சுந்தரியின் கதை என்பன சில தலைப்புகள். 'பரவசம்', 'அற்புதம்', 'அபூர்வ சம்பவம்', 'அதிசயம்', 'மனங்கவரும்', 'பிரமிப்பு', 'வேடிக்கை', 'காதல்

ததும்பும் இனிய அற்புதம்', 'ஆச்சர்யம்', 'மனோரம்மியம்', 'இனிய துப்பறியும் நவீனம்' என்பன போன்ற வாசகங்கள் விளம்பரங்களில் விரவிக் கிடக்கின்றன. 'எல்லாம் எலெக்டிரிக் வேகம்! எல்லாம் பிரகாச வசியம்! அடிதடி, கொலை, கொள்ளை, அரஸ்டு, விசாரணை, ஜெயில், ஜெயிலி லிருந்து தப்புதல் முதலிய விஷயங்களைப் படிக்கப் படிக்க நீங்கள் பேராச்சரியமடைவீர்கள்' என்று ஒரு விளம்பரம் வாக்குறுதியளித்தது.[2]

> இஃது ஓர் அதிசயமான துப்பறியும் நாவல்... கதாநாய கன் தன் நண்பனுக்குச் செய்யும் உதவிகளுக்குப் பதிலாக அவன் நன்றியின்றிச் செய்யும் கெடுதிகள் வெகு வியப்பைத் தருவனவாகயிருக்கும். நன்மை செய்ய முற்பட்ட கதாநாயகன் ஆபத்திலகப்பட்டு அவஸ்தைப்படுவது பரிதாபத்தை விளைக்கும். இதில் துப்பறியும் உத்தியோகஸ்தர் புகுந்து தந்திரமாக வேலைசெய்து உண்மையை வெளிப்படுத்துவது படித்த வருடைய மனத்தைப் பிரமிக்கச் செய்யும். கடைசியில் கதாநாயகன் ஆபத்திலிருந்து தப்புவதும் குற்றவாளி கண்டுபிடிக்கப்படுவதும் அவன் அகப்பட்டுக்கொண்டு விழிப்பதும் அதியாச்சரியமாக இருக்கும்[3]

என்றது மற்றொரு விளம்பரம். இத்தகைய வெகுசன நாவல் களை எழுதியோரும் வெளியிடுவோரும் விற்போரும் தம் படைப்பை வாசகருக்கு முன்பு எவ்வாறு சித்தரிக்க விரும் பினர் என்பதை இவ்விளம்பரங்கள் சுட்டுகின்றன.

இக்காலகட்டத்தில் நாவல்களைத் தொடராக வெளி யிடாத இதழே இல்லையென்று சொல்லலாம். ஆனந்த போதினியும் விவேகோதயமும் தம் முதல் இதழின் தலையங் கங்களிலேயே நாவல்களைத் தொடராக வெளியிடுவது தம் குறிக்கோள் என்று அறிவித்தன.[4] ஆனந்த போதினியை நடத்திவந்த நாகவேடு முனிசாமி முதலியார், நாவல்களை மட்டுமே வெளியிடுவதற்கென மனமோகினி என்றோர் இதழைத் தொடங்கியதாகத் தெரிகிறது.[5] நாவல் என்றொரு 'மாதாந்தத் தமிழ்ப் புத்தகம்' காரைக்குடி நாவல் பப்ளிஷிங் கம்பெனியால் 1916ஆம் ஆண்டின் கடைசியிலிருந்து வெளி யிடப்பட்டிருக்கிறது.[6] நவீனகம் என்ற 'ஒரு மாதாந்தர நாவல் சஞ்சிகை'யும் 1923 நவம்பரிலிருந்து வெளிவரத் தொடங்கிய தாக அறிய முடிகின்றது.[7] 1930களின் இடைப்பகுதியில், 'நவரசம் ததும்பும் இனிய துப்பறியும் தொடர் நாவலுடன்' நவீனம் என்னும் 'ஓர் மாதாந்த நாவல் சஞ்சிகை' சென்னை வேப்பேரியிலிருந்து வெளிவந்ததாகத் தெரிகின்றது.[8] ஆனந்த போதினி, ஆரணி குப்புசாமி முதலியாரின் நாவல்களைத் தொடராக வெளியிட்டதோடு, நூலாகவும் பிரசுரித்தது.

தம் நாவல்களை வெளியிடுவதற்கென்றே வடுவூர் துரைசாமி அய்யங்கார் *மனோரஞ்சனி* என்ற மாத இதழையும், வை. மு. கோதைநாயகி அம்மாள் *ஜகன்மோகினி* என்ற இதழையும் நடத்தினர்.

ஜே. ஆர். ரங்கராஜு (1875 - ?1959), ஆரணி குப்புசாமி முதலியார் (1866 - 1925), வடுவூர் துரைசாமி அய்யங்கார் (1880 - 1942) ஆகியோர் இத்தகைய நாவல்களை எழுதுவதில் முன்னின்றனர். இவர்களைத் தொடர்ந்து வை. மு. கோதை நாயகி அம்மாளும் (1901 - 1956), எஸ். எஸ். அருணகிரிநாதரும் (1895 - 1974) பல நாவல்களை எழுதினர். 'குப்புசாமி முதலியார் கள், ரங்கராஜுக்கள், துரைசாமி அய்யங்கார்கள், கோதை நாயகி அம்மாள்கள்' என்று இவர்கள் இளக்காரமாகப் பன்மையில் குறிப்பிடப்பட்டிருக்கிறார்கள்.[9] பல சமயங்களில் இவர்களுடைய நாவல்கள் ஆசிரியர் பெயர் சுட்டப்பெறாமல் பொத்தாம் பொதுவாக நாவல்கள் என்றே விளம்பரப்படுத்தப் பட்டன என்பதையும் குறிப்பிட வேண்டும். இவ்வாறு நாவல்கள் எழுதிக் குவிக்கப்பட்டதைத்தான், 'சோகக் கதை என்றால் சோடி ரெண்டு ரூபாய், காதல் கதை என்றால் கைநிறையத் தர வேண்டும்' என்று புதுமைப்பித்தன் கிண்ட லாகக் குறிப்பிடுகிறார்.[10]

இந்த வெகுசன நாவல்கள் ஏராளமான வாசகர்களைப் பெற்றிருந்தன. தமிழ்ச் சமூகம் அச்சு ஊடகத்திற்குப் பழக்கப் படுவதன் தோற்றுவாயை இந்நாவல் பெருக்கத்தில் இனங் காண்பது பொருத்தமானது. நாவல்களின் எண்ணிக்கை மட்டுமல்லாமல், அவை பல பதிப்புகளைக் கண்டதும் வாசகர் பெருக்கத்தைக் காட்டுகின்றது. காட்டாக, 1920களின் கடைசிக்குள், ஜே. ஆர். ரங்கராஜுவின் *இராஜாம்பாள்*, 'விளம்பரமின்றியும், அக்கிரமக் கமிஷன் இன்றியும், ஸ்ரீரங் கத்துப் பாதி விலையின்றியும்'கூட 23 பதிப்புகளைக் கண்டிருந் தது.[11] ரங்கராஜுவின் பிற நாவல்களான *சந்திரகாந்தா* 13 பதிப்புகளையும், *மோஹனசுந்தரம்* 12 பதிப்புகளையும், *ஆனந்தகிருஷ்ணன்* 10 பதிப்புகளையும், *இராஜேந்திரன்* 9 பதிப்புகளையும் 1927க்குள் கண்டிருந்தன.[12]

நாவல்கள் மிகுந்த செல்வாக்குப் பெற்றிருந்ததற்கு வேறு வகையான சான்றுகளும் உள்ளன. ரங்கராஜுவின் நாவல் கள் பலவும் மேடையேற்றப்பட்டிருக்கின்றன. எம். கந்தசாமி முதலியாரும் அவ்வை தி. க. சண்முகமும் அவற்றை நாடக மாக்கினர் என்பது மட்டுமல்லாமல், ஒவ்வொரு மேடை யேற்றத்திற்கும் ராயல்டித் தொகையாக முப்பது ரூபாய் தரப்பட்டதாகவும் அவ்வை சண்முகம் கூறுகிறார். (பம்மல் சம்பந்த முதலியாருக்கும்கூடப் பத்து ரூபாய்தான் ராயல்டி என்பதும் இங்கு ஒப்புநோக்கத்தக்கது.[13]) மேலும், ரங்கராஜு

வின் *இராஜாம்பாள்* திரைப்படமாகவும் எடுக்கப்பட்டது. தமிழின் முதல் சமூகப்படம் என்று கருதப்படும் *மேனகா* வடுவூராரின் நாவலைக் கொண்டு எடுக்கப்பட்டதாகும். இவ்வாறே பிற நாவல்களும் திரைப்படமாக்கப்பட்டுள்ளன.

இவ்வாறு நாவல்கள் பல்கிப் பெருகின என்பதும், அவை விரும்பிப் படிக்கப்பட்டன என்பதும் ஐயத்திற்கிடமின்றிப் புலனாகிறதெனினும், இதனை அளவிடப் போதுமானதும் தக்கதுமான சான்றுகள் இல்லை. சென்னை மாகாண அரசாங்கத்தின் புத்தகப் பதிவாளர் தனது ஆண்டறிக்கை களில் தரும் புள்ளிவிவரங்கள் மொழிவாரியாக அமையாதது ஒரு பெருங்குறை. எனினும், சென்னை அரசாங்கம் வெளி யிட்ட வகைப்படுத்தப்பட்ட நூற்பட்டியிலிருந்து தயாரிக்கப் பட்ட கீழ்க்காணும் அட்டவணை, நாவல் பெருக்கத்தை ஓரளவிற்கு அளவிடப் பயன்படும்.

அட்டவணை: 1

தமிழ்க் கதை நூல்களின் எண்ணிக்கை, 1890-1925

காலம்	எண்ணிக்கை
1890-1900	39
1901-1910	201
1911-1915	350
1916-1920	244
1921-1925	255

சான்று : *Classified Catalogue of Books Registered at the Office of the Registrar of Books*, Government of Madras, Vols. I - V, Madras, 1961-71

காலனிய அரசாங்கத்தின் நிர்வாகச் சீர்மை ஒருபுறமிருக்க, இவ்வெண்ணிக்கை பதிவு செய்யப்பட்ட நூல்களை மட்டுமே கணக்கிலெடுத்துக் கொள்கின்றது. பதிவு பெறாமல் போன நூல்கள் எவ்வளவு என்பதை அறியும் வாய்ப்பு இல்லை. மேலும் 'புனைகதை' (fiction) என்ற பொதுத் தலைப்பில் நூல்கள் பதிவுசெய்யப்பட்டமையால், அலாவுதீன், அலி பாபா, பஞ்சதந்திரம், விக்கிரமாதித்தன் கதைகளும்கூட அதில் அடக்கப்பட்டன. இருப்பினும், இவ்வட்டவணை நாவலின் பெருக்கத்தைச் சுட்டிக்காட்டுவதாகக் கொள்வதில் தடை யில்லை. முதல் உலகப் போருக்கு முன்பும் பின்பும் நாவல்கள் பெரும் எண்ணிக்கையில் வெளிவந்ததென்பது ஒருதலை. கூர்த்த மதிக்குப் பெயர்பெறாத புத்தகப் பதிவாளரும்கூடக் கதைகள் ஏராளமாக வெளிவந்துகொண்டிருந்ததைத் தம் 1913ஆம் ஆண்டுக்குரிய அறிக்கையில் குறிப்பிட்டிருப்பது

மனங்கொள்ள வேண்டிய செய்தி.[14] மேலும், சுதேசி இயக்கக் காலத்தில் (1906-11) எத்தகைய நூல்கள் படிக்கக் கிடைத்தன என்பது பற்றிய இரகசிய விசாரணையின்போது, லால்குடி போன்றதொரு சிறு நகரத்தின் நூலகம் ஒன்றில் 114 தமிழ் நாவல்கள் இருந்தன என்று கண்டிறியப்பட்ட செய்தியும் நாவலின் பரவலைக் காட்டுகிறது.[15]

பண்டித ச. ம. நடேச சாஸ்திரியின் *'தானவன்' என்ற போலீஸ் நிபுணன் கண்டுபிடித்த அற்புதக் குற்றங்கள்* என்ற நாவல் 1894இல் முதலில் வெளிவந்தபோது அதனைச் சீந்துவார் இல்லை; ஆனால், 'முதல் பதிப்பு விலைக்குக் கிடைப்ப தாய் விற்காமல் தங்கியிருந்தது. அது ஒரு காலம்! இப்பொழுதோ துப்பறியும் நாவல்களுக்குத்தான் எங்கும் விசேஷித்த மதிப்பு' என்று *அமிர்தகுண போதினி*[16] கட்டம் கட்டிச் செய்தி வெளியிடும் அளவுக்கு, தமிழ்ச் சமூகத்தில் நாவலுக்கான வரவேற்பு இருபதாம் நூற்றாண்டின் தொடக்கத்தில் பெருமளவுக்கு மாறிவிட்டது.

அன்றைய தமிழ்ச் சூழலைக் கொண்டு பார்க்கும்போது நாவலின் வளர்ச்சி, வரலாறு காணாதது என்றே சொல்ல வேண்டும். ஜமீன்தார்கள், மடாதிபதிகள் என்று புரவலர் களை நம்பிப் புத்தகம் வெளியிட்டு, 'சிறப்புப் பாயிரம் திரிந்து பெற்று, ஐந்நூறு பிரதிகள் விரைந்து அச்சிட்ட' காலம் போய், சந்தையை நோக்கித் தமிழ்ப் பதிப்புலகம் திரும்பியதில் நாவலுக்கு மையமான இடம் உண்டு. நாவல் என்பது எழுச்சி பெற்றுவந்த நடுத்தர வர்க்கத்தின் தலையாய பண்பாட்டு வடிவமாகவும் விளங்கியது. புரவலரிடமிருந்து சந்தைக்குப் பாதை அமைத்தது இந்த நடுத்தர வர்க்கமே. இவ்வர்க்கம் தன்னடையாளமும், வர்க்க ஓர்மையும் பெறுவதற்கென நடத்திய கருத்தியல் மோதல்களில் நாவல் என்ற கலை வகைமையை முன்னிறுத்தி நடத்திய விவாதங்களும் முக்கிய மானவை. இவ்விவாதங்களின் ஊடாக நாவலின் வடிவம், உள்ளடக்கம், வாசிப்பு முறை, வாசகர்களின் அடித்தளம், இலக்கியக் கருவூலத்தின் வரையறை முதலானவை பேசவும் வரையறுக்கவும் பட்டன. தமிழ்ப் பண்பாட்டில் நாவல் எப்படிக் காலூன்றி, நிலைபெற்றது என்பதைப் புரிந்துகொள் வதற்கு இவ்விவாதங்களை ஆராய்வது இன்றியமையாதது.

'விடபுருஷர்களும் நாணமற்ற கன்னிகளும்': நாவலுக்குக் கண்டனம்

நாவலின் பெருக்கம் சமகால அறிவாளர்களின் கவனத்தைப் பெருமளவு ஈர்த்தது. நாவலின் பேரெழுச்சியைப் பற்றிக் கருத்துரைக்காத நடுத்தர வர்க்க அறிவாளரே இல்லை

என்னும் அளவுக்கு நாவலைப் பற்றிய கட்டுரைகளும் குறிப்புகளும் கண்டனவுரைகளும் அக்கால இதழ்களில் மண்டிக் கிடக்கின்றன.

சுதந்திரச் சங்கு வெளிப்படுத்திய 'நாவல் ரகசியம்', நாவலைக் கண்டித்த அறிவாளர்களின் பொதுக் கருத்தைக் காட்டுகின்றது என்று சொல்வது பொருந்தும்.[17]

1. புத்தகத்தின் பெயர் ஒரு ஸ்திரீயின் பெயராகத் தானிருக்க வேண்டும். பெயரிலும் ஒரு புதுமை கலந்திருக்க வேண்டும். 'மிஸ் லீலா காமினி', 'மோஸ்தர் வல்லிபாய்' — இந்த ரகங்களில் பெயர் வைக்க வேண்டும்.
2. கதைகளைப் பற்றிக் கவலைப்பட வேண்டாம். ரெய்னால்ட், லீக்வே போன்ற ஆங்கில நாவலாசிரியரின் கதைகளைத் தழுவி எழுதிவிடலாம். கதையில் குறைந்தது ஒரு டஜன் காதலர்களும், அரை டஜன் விபசாரிகளும், பத்து டஜன் திருடர்களும், சில துப்பறிபவர்களும் இருந்தே தீர வேண்டும்.
3. கதை ஆரம்பத்தில் கொலை நடக்க வேண்டும். மத்தியில் ஆங்காங்கு திருட்டு இருக்க வேண்டும். எங்கேயாவது பற்றிக்கொண்டு எரிய வேண்டும். இவைகளெல்லாம் நவீன நாவலின் லக்ஷணங்கள்.
4. சிற்றின்பமூட்டும்வண்ணம் கதைகளைச் சித்தரித்தால்தான் காசு. மாதவையாவின் *பத்மாவதி சரித்திரம்*, ராஜம் அய்யரின் *கமலாம்பாள் சரித்திரம்* — இந்த தினுசுகளில் புத்தகம் எழுதினால் ஒருபோதும் விற்பனையாகாது. உஷார்! ஸ்திரீ வாசகர்களின் மனத்தையும் கவர முடியாது. ஆகவே ஜாக்ரதை.

நடுத்தர வர்க்க அறிவாளர்களிடையே பல்வேறு சிந்தனை/கருத்தியல் போக்குகள் இருந்தாலும் அனைவரும் இந்த ரீதியிலேயே நாவலைக் கடிந்துரைத்துள்ளனர்.

தமிழியக்கத்தை முன்னெடுத்த சைவ அறிஞர்கள் நாவலைக் கண்டித்தவர்களில் முதன்மையானவர்களாக விளங்கினர். தாம் கல்வி பயின்ற வெஸ்லியன் கல்லூரியின் முதல்வர் மறைத்திரு ஜி. ஜி. காக்ஸ் கூறிய அறிவுரைப்படி தீய நெறிகளைப் புகட்டுவதால் தாம் நாவல்களையே படித்ததில்லை என்று கூறிய திரு. வி. கலியாணசுந்தர முதலியார் (திரு.வி.க.) நாவலின் கடுமையான விமரிசகர்களில் ஒருவர்.

நாவல் உலகில் நல்லன மிகச் சிலவே இருக்கும். அவைகளைப் பெரும்பான்மையோர் படிப்பதில்லை. பொதுவாக நாவல் உலகம் வாழ்வைப் பண்படுத்தல் அரிது ...

நம் முன்னோர் கதை எழுதவில்லையா? நிரம்ப எழுதி யிருக்கின்றனர். அவர் வெறுங்கதையை மட்டும் எழுதிச் சென்றாரில்லை. அவர் கதையைக் காவியமாக்கினர்; ஓவியமாக்கினர். காவிய ஓவிய நுட்பம் விடுத்து வெறுங் கதையை மட்டும் படிப்போர் நாவல் படிப்பவரை ஒத்தவராவர். நமது நாட்டுப் புராணங்களெல்லாங் கதைகளே.[18]

ஒழுக்கத்தைப் பற்றிக் கறாரான கருத்துகளைக் கொண் டிருந்த திரு.வி.க., நாவல்களைக் கடுமையாகத் தாக்கியது எதிர்பார்க்கக் கூடியதே. நாவல் படிப்பது ஒழுக்கக் கேட்டை வளர்க்கும் வீண் பொழுதுபோக்கு என்று கருதிய திரு.வி.க., பெண்கள் நாவல்கள் படிப்பதை மிக அதிகமாகக் கண்டித் தார். அதனைப் பின்னர் காண்போம்.

தனித்தமிழியக்கத்தை முன்னெடுத்த மறைமலையடிகளும் திரு.வி.க.வோடு ஒத்த கருத்தினைக் கொண்டிருந்தார். *குமுத வல்லி, நாகநாட்டரசி* என்ற தம் நாவலுக்கு எழுதிய ஆங்கில முன்னுரையில் அவர் பின்வருமாறு குறிப்பிடுகிறார்:

> என் பார்வையில்பட்ட பெரும்பாலான தமிழ் நாவல்களில் நல்ல கதைப் பின்னலோ, பாத்திரப் படைப்போ மட்டுமன்றி வாழ்க்கை பற்றிய உண்மை யான பிரதிபலிப்போ, தூய மற்றும் திறமான மொழி யாட்சியோ காணப்படவில்லை. கதையின் மைய அச்சு காதல் உணர்ச்சியே — அக்காதலும் மிகச் சீரழிந்த வகையினதாக உள்ளது .... சென்ற ஓரிரண்டு பதிற்றாண்டுகளில் வெளியான தமிழ் நாவல்கள் எல்லாம் சரியாக உள்வாங்கப்படாத அயல்மொழிச் சொற்களால் ஆரோக்கியமற்றதாக உள்ளன.[19]

அவ்வாறே, சைவ அறிஞராகத் தொடங்கிப் பின்னர் பெரியாரின் சுயமரியாதை இயக்கத் தலைவராகவும் தேசிய இயக்க ஆர்வலராகவும் விளங்கிய சொ. முருகப்பா,

> ... பெரும்பாலும் கழிபட்ட நாவல்களே வெளிவரு கின்றன. இவற்றுள் கொலை, களவு, துப்பறிதல், வியபசாரம், வரம்பில்லாத சுதந்திரம் இவைகள் மலிந்து கிடக்கின்றன. இவையில்லாவிட்டால் கண்டிப்பாக இந்த நாவல்கள் எழுந்திருக்கமாட்டா[20]

என்று கருதினார்.

'நாவல் என்னும் சில கதைகளோ! அம்மம்ம! அவை படிப்பவர்களை வெறும் காமாதுரரர்களாக்கி அவர்கட்குத் தீயொழுக்கத்தை யுண்டுபண்ணி அரந்தைக் கடலிலமிழ்த்தி விடுகின்றன'[21] என்ற (புதுவை) *கலைமகள்*, தமிழ்ப் புலமையுல கின் குரலாக விளங்கியது. அவ்வாறே, அக்காலத்தில் மிகுந்த

மதிப்புமிக்க தமிழறிஞராக விளங்கிய மு. சி. பூர்ணலிங்கம் பிள்ளையும், தாம் ஆங்கிலத்தில் எழுதிய தமிழ் இலக்கிய வரலாற்றில் பின்வருமாறு கூறுகிறார்:

> ரெய்னால்ட்சைத் தழுவி எழுதிய தம் நாவல்களைக் கொண்டு ஆரணி குப்புசாமி முதலியார் சந்தையை நிரப்பிவிட்டார்.... தூயதாகவும் அறிவுறுத்துவதாகவும் விளங்கிய நாவல் மெல்ல மெல்லத் தாழ்ந்ததாகவும் தரமிழந்ததாகவும் ஆகிவிட்டது. கதைப் பின்னல் செறிவாக இருந்தாலும் சிறுவர்களிடமும் கன்னிப் பெண்களிடமும் அவற்றைக் கொடுப்பது ஆபத்தானது தான் .... இக்கால நாவலாசிரியர்கள் ... கிளுகிளுப் பூட்டுவதையே கருத்தாகக் கொண்டுள்ளனர்.[22]

தமிழியல் ஆய்விதழ்களின் முன்னோடியான சைவ சித்தாந்த நூற்பதிப்புக் கழகத்தின் *செந்தமிழ்ச் செல்வியில்* கட்டுரை எழுதிய 'மதி மன்னன்' என்பவரும் இதையொத்த கருத்தையே கொண்டிருந்தார்.

> ...சென்னையிலும் கும்பகோணத்திலும் சோம்பிக் குந்தியிருந்துகொண்டு, திண்ணையிற் சாய்ந்தவண்ணம் ஆங்கிலக் கதைகளைப் படித்துப் பின் அவற்றைத் தமிழில் — அப்பனே! கொடுந்தமிழில் — பெயர்த்தெழுதி விளம்பரப்படுத்தி விற்றுமுதலாக்கி வயிறு வளர்க்கும் வாழ்வைக் காட்டிலும் இழிந்த நிலை வேறில்லை.[23]

தமிழியக்கத்தவரின் திறனாய்வு இவ்வாறிருந்ததென்றால், நாவலைப் பற்றிய இந்திய தேசியவாதிகளின் விமரிசனத்தை முன்னெடுத்தவர் சுப்பிரமணிய சிவா. '... தற்காலத்தில் பிரசுரிக்கப்படும் பெரும்பான்மை நவீனகங்கள் படிப்பவரது மனத்தைக் கலைத்து, காமக்ரோதாதிகளைக் கிளப்பிவிடுகின்றன' என்று *ஞானபாநு* எழுதியது.[24] 'தற்கால நாகரிகப் போக்கில் நமது ஜனங்கள் அகப்பட்டு ஆரிய சிரேஷ்டர்களால் அநாதி காலம் முதல் அநுஷ்டிக்கப்பட்டுவந்த ஆசாரானுஷ்டானங்களையெல்லாம் கைவிட்டு அதோகதிக்கு ஆளாகின்றனர்'[25] என்று வருத்தப்பட்ட சிவாவின் இந்து தேசியக் குரல் வ. வே. சு. ஐயரிடம் மேலும் கூர்மையும் வலுவும் பெற்றது. *சுதேசமித்திரன்* 1918ஆம் ஆண்டு அநுபந்தத்தில் எழுதிய 'மறுமலர்ச்சி' என்ற புகழ்பெற்ற கட்டுரையில், '"நாவல்"கள் எழுதி வெளிப்படுத்தினால் புஸ்தகங்களைச் சீக்கிரம் விலைப்படுத்தலாம் என்கிற சங்கதி தெளிவாக ஏற்பட்டதும், பெரிய நோக்கங்களற்ற பலர் ஆங்கிலத்தில் அற்பமான நூல்கள் என்று கருதித் தள்ளிவிடப்பட்ட ரெய்னால்ட்ஸின் ஆபாசமான கதைகளைப் பின்பற்றி நூற்றுக்கணக்கான கதைகளை எழுதி வெளிப்படுத்தத் துவங்கிவிட்டார்கள்'

என்று கவலைப்பட்ட வ. வே. சு. ஐயர், இக்'கழிபட்ட சரக்குக' ளைவிடக் 'கொள்ளை நோயும் முடக்கு ஜ்வரமும் எத்த னையோ மடங்கு நல்லவை' என்றும் கருதினார்.[26] இவ்வாறு கீழ்த்தரமான மேனாட்டு நாவல்களைத் தழுவி எழுதப்படும் கதைகளை 'நமது சிறுவர்களும் சிறுமிகளும் படிப்பதால் நமது வாழ்க்கை முறைகள் மெல்லமெல்ல மாறி மேனாட்டு முறைகளைப் பின்பற்றத்'[27] தொடங்கிவிடுவார்கள் என வ. வே. சு. ஐயர் அஞ்சினார். 'நாவல் படித்து நலிவதேன்? புராணம் படித்துப் பயன் பெறுக' எனப் பரிந்துரைத்தது *ஸ்ரீ ராமகிருஷ்ண விஜயம்.*[28]

இந்திய தேசிய இயக்கத்தின் முதன்மையான தமிழ்க் கவிஞரான பாரதியும் ஏறத்தாழ இதே கருத்தைக் கொண்டி ருந்தார் என அவருடைய கட்டுரைகளிலிருந்து தெரிகின்றது. தமிழ்நாட்டில் நூலாசிரியர் படும் பாட்டைக் கூறவந்த பாரதி, 'இங்கிலீஷ் முறையைத் தழுவி மிகுந்த தாழ்ந்த தரத்தில் பலர் புது நாவல்கள் எழுதுகிறார்கள்' என்று குறைப்பட்டுக் கொண்டார்.[29]

தேசிய இயக்கச் சொல்லாடலுக்குள் தொழிற்பட்ட *சுதந்திரச் சங்குவின்* கருத்தை முன்னரே எடுத்துக்காட்டி னோம். அக்கருத்துரையின் பிறிதொரு பகுதி வருமாறு:

> *'மிஸ் தளுக்கு சுந்தரி'* என்ற மேன்மையான நூலை எழுதிய ஆசிரியரைப் பற்றி எனக்குக் கொஞ்சம் தெரி யும். சுமார் 27 தமிழ் நாவல்களை அவர் எழுதியிருக் கின்றார். ஒவ்வொரு நாவலுக்கும் சராசரி மூன்று பாகங்களுண்டு. அவருடைய 60 வால்யூம்களையும் அடுக்கி வைத்தால் ஒரு பெரிய அலமாரி நிறைந்து விடும் . . .
>
> என்ன நாவல்கள்! என்ன மேன்மையான சித்திரங்கள்! அந்த இருபத்தேழு நாவல்களையும் தராசில் வைத்து நிறுத்தால் இரண்டு மூன்று மணங்கு எடையிருக்குமே! அந்த 27 புத்தகங்களையும் அடுப்பில் போட்டு எரித் தால் ஏழெட்டு பேர் வெந்நீர் ஸ்னானம் செய்வதோடு அத்தனை பேருக்கும் சோறுகூட சமைக்கலாமே! ஒரு 'ஸெட்' புத்தகத்தை மருந்துக் கடையில் கொண்டு போய்ப் போட்டால் ஒரு வருஷத்துக்கு கடைக்காரன் பொட்டணம் கட்டிக் கொடுப்பானே! எல்லாவற்றை யும்விட அந்த 27 புத்தகங்களையும் நிரப்பினால் கும்ப கோணம் முனிஸிபாலிட்டி குப்பைத் தொட்டி ஒன்று பூராவாக நிரம்புமே![30]

இலக்கியத்தின் கலைத் தன்மையை வற்புறுத்தியவர்களும் நாவலைக் கண்டிக்கும் சேர்ந்திசையில் குரல் கொடுத்தனர். அ. மாதவையாவின் *முத்து மீனாக்ஷி*, *குசிகர் குட்டிக் கதைகள்* ஆகிய நூல்களுக்கு *லக்ஷ்மி* எழுதிய மதிப்புரை இவ்வகை நோக்கிற்குச் சிறந்ததொரு சான்றாகும். மதிப்புரையாளரின் வக்கணையும் கூரிய சொல்வன்மையும் முழுவதுமாய் மேற் கோள் காட்டுவதற்கு வாய்ப்பாக அமைந்துள்ளன.

> *அச்சுப் பொறிகள் மலிந்து காகித வர்த்தகம் பெருகி வரும் இக்காலத்தில் நாவல்களும் புற்றீசல்கள் போல் தோன்றத் தொடங்கிவிட்டன. மக்களின் ஆசாரங்கள் சீர்பெறவும் பாஷை வளர்ச்சியுறவும் நாவல் பெரிதும் உதவி புரியும் என்பது உண்மையே. ஆனால் தடியெடுத் தோரெல்லாம் வேட்டைக்காரர் என்றபடி தமிழுலகத் திலே இறகோட்டிகளெல்லாம் நாவல் ஆசிரியர்களாய் முன்வந்திருப்பதால், தற்கால நாவல்கள் பெரும்பா லான வற்றால் விளையும் தீமைகள் அற்பசொற்பமன்று. ரகர றகரங்களைச் சரியாக வழங்க அறியாதவர்களும் தமிழ் எழுத்தாளர்களாகத் துணிவுகொள்வதும் தமிழ் மொழியின் சனிதசை என்றே கூற வேண்டும். ஒன்றோ இரண்டோ விட புருஷர்கள், இரண்டோ மூன்றோ நாணமற்ற கன்னியர்கள், ஒரு துப்பறியும் கோவிந்தன் அல்லது கோபாலன், ஒரு ஆகாவழி ஜமீன்தார் — தமிழ் நாவல் பூர்த்தியாகிவிடுகிறது. தற்காலத்திய துப்பறியும் நாவல்களெல்லாம் பிற நாட்டுப் பழக்க வழக்கங்களை யும் மனோபாவங்களையும் தமிழகத்தில் பரப்பித் தமிழ் மக்களை அநாசாரப் படுகுழியில் தலைகீழாக வீழ்த்து கின்றன. நாவல்களின் தன்மையின்னதென்றறியாத தமிழ் மக்களும் இந்த நாவல் புற்றீசல்களைக் கோழி விழுங்குவது போல் விழுங்கித் திருப்தியடைகின்றனர்.*[31]

அ. மாதவையாவுக்கும் இவ்விமரிசனக் கருத்துகள் உடன் பாடே என்பதை ஜே. ஆர். ரங்கராஜுவின் *விஜயராகவன்* நாவலுக்கு அவர் எழுதிய மதிப்புரை காட்டுகின்றது.[32] மேலும், ஏ. அரங்கசாமி அய்யங்கார் என்பவர் 'தமிழ்ப் பாஷையில் குப்பை நாவல்கள் உயர்ந்து இருக்கும் சொற்ப கோபுரங் களைத் தாழவைப்பதோடு கோபுரங்களை மூடிவிடும் போலி ருக்கிறது' என்றும், இவை களையெடுக்கப்பட வேண்டும் என்றும் எழுதிய கட்டுரையினையும் மாதவையா தம் *பஞ்சா மிர்தம்* இதழில் வெளியிட்டார்.[33] ஏறத்தாழ இதே கருத்து களை மாதவையாவின் நாவல்களை மதிப்பீடு செய்த ப. கோதண்ட ராமன் கா. சி. வேங்கடரமணியின் *பாரதமணி* யில் வெளியிட்டிருக்கிறார்.[34]

'மணிக்கொடி' எழுத்தாளர்களின் விமரிசனமும் இவற்றை அடியொற்றியே இருந்தது. மேலும், இத்தகைய விமரிசனங்கள் தமிழ்நாட்டு எல்லைக்குள் அடங்கிவிடாமல், அதற்கு அப்பால் இலங்கையிலும் செய்யப்பட்டன என்பதும் சுவையான செய்தி.[35]

இக்கவலைகளுக்கெல்லாம் மேலாக, பெண்கள் பெருமளவில் நாவல்களைப் படிக்கத் தொடங்கியது நடுத்தர வர்க்க அறிவாளர்களைப் பெரிதும் கலக்கமுறச் செய்திருக்கிறது. நாவல் பற்றிய விவாதங்களில் பெண்களைப் பற்றிய ஏராளமான குறிப்புகள் விரவிக் கிடக்கின்றன. 'என்னுடைய அம்மாவுக்கு நாவல்கள் என்றால் அத்தனை ஆசை' என்கிறார் ஆர். ஷண்முகசுந்தரம்.[36] 'நாவல் படிப்பதே சுவர்க்கமென நினைத்துள்ள' பெண்களைப் பற்றிச் சுதந்திரச் சங்கு குறிப்பிடுகின்றது.[37] 'நம் பெண்மணிகளுக்கு நகைப் பைத்தியத்திற்கடுத்தபடி நாவல் பித்தென்று சொல்லலாம்' என்றது பஞ்சாமிர்தம்.[38] இதன் தொடர்பில் மிகக் கடுமையான விமரிசனத்தை வைத்தவர் வரகவி அ. சுப்பிரமணிய பாரதி. நாவல்களைப் படிப்போரில் பெரும்பாலோர் 'வேலையற்ற ஸ்திரீகள், வீட்டுக்காகாத நாட்களில் போதைக் கழிக்க வழிதெரியாத பூவையர்கள்' என்று ரசக்குறைவாக, ஆணாதிக்க மனப்பாங்கோடு அவர் குறிப்பிடுகிறார்.[39]

பெண்கள் மீதான தந்தைமைச் சமூகக் கட்டுப்பாட்டை நாவல் வாசிப்பு நெகிழ்த்திவிடக்கூடும் என்ற ஆற்றொணாத அச்சம் இவர்களிடமிருந்து வெளிப்படுகிறது. தன்னலஞ் சாராத, தூய கருத்தியல் அடிப்படையில் திரு. வி. க. முன் வைத்த விமரிசனத்தில் இவ்வச்சம் வலுவாகவும் ஐயத்திற்கிடமில்லாமலும் வெளிப்படுவதால் அவர் கருத்துரையை விரிவாகக் காண்போம் :

> இளம்பெண்கள், தீய எண்ணங்களையூட்டவல்ல களிக் கதைகளை — போலி நாவல்களை — மறக்கதைகளை — இன்னோரன்ன பிற கதைகளைக் கேட்டலுமாகாது; அக்கதை நூல்களைக் கரத்தே தொடுதலுங் கூடாது. இதில் பெற்றோர் பெருங்கவலை செலுத்தல் வேண்டும். போலி நாவல்கள் பெண்ணுலகையே கெடுத்துவருகின்றன. 'தங்கள் வாழ்வை நஞ்சென எரிப்பது போலி நாவல்' என்று பெண்மணிகள் கருதுவார்களாக. போலி நாவல்களையும் போலி நாடகங்களையும் படித்து நல்வாழ்வையிழந்து, பின்னை வருந்தி வருந்தி மாண்ட சில பெண்மக்கள் கதை எனக்குத் தெரியும். அருமைக் குழந்தைகளே! போலி நாவல்களைப் படியாதேயுங்கள்; தொடாதேயுங்கள். உங்கள் வாழ்வு குலைந்து போகும்.

நோய்வாய்ப்பட்டு வருந்தி வருந்திச் சாவீர்கள். கடவுள் உங்களை ஏன் உலகிற்கனுப்பினார்? பிஞ்சில் பழுத்து உதிரவா? நோய்வாய்ப்பட்டு வருந்தவா? அண்ணன் தம்பி உற்றார் உறவினர் ஊரார் சீசீ என்று பேசிப் பேசி ஒதுக்கவா? அன்று; அன்று. 'நீங்கள் தாயாக வேண்டும்; நல்வாழ்வு பெறல் வேண்டும். பேரின்பம் பெறல் வேண்டும்' என்பது ஆண்டவன் நோக்கம். அப்பெருவாழ்விற்கெனப் பிறந்து நீங்கள், சிறு நாவல் பித்துக் கொண்டு வாழ்வையா குலைத்துக் கொள்வது? போலி நாவல்களைப் படியாதேயுங்கள். போலி நாவல்கள் இளம்பெண்கள் கண்களிற்படாதவாறு பெற்றோரும் ஆசிரியன்மாருங் காப்பாராக.[40]

நடுத்தர வர்க்கத்தின் அச்சம் பெண்களின் நாவல் வாசிப்புக்குத் தடையாகவே இருந்தது. மொழிபெயர்ப்பாளராக நன்கறியப்பட்ட சரஸ்வதி ராம்நாத், 1930களின் இடைப்பகுதியில் பொதுவாகப் பெண்கள் நாவல் படிப்பது தடைசெய்யப்பட்டிருந்தது என்றும், அவர்கள் கைக்கு எட்டாதபடி அவை எரவாணத்தில் செருகிவைக்கப்பட்டிருந்தன என்றும் *சுபமங்களா* பேட்டியில் கூறியிருக்கிறார்.[41] இது போன்ற தடைகளின் விளைவாகவோ என்னவோ, குமுதினி என்ற அந்நாளைய பெண் எழுத்தாளர், தாம் நாவல்களையே படிப்பதில்லை என்று அக்காலத்தில் எழுதிய கட்டுரையிலே கூறியிருக்கிறார்.[42]

இத்தடையின் விளைவை அந்நாளைய நாவல் ஒன்றில் மிக வெளிப்படையாகவே காண முடிகின்றது. *சந்திரசேகரி* என்ற நாவலில் அதே பெயர் கொண்ட கதாநாயகியைக் குணாவதி என்ற நாவலாசிரியர் சந்திக்கிறார். தன் நாவல்களை குணாவதி படித்திருக்கக்கூடும் என்றும் எதிர்பார்க்கிறார். சந்திரசேகரியோ தான் நாவல்களே படிப்பதில்லை என்று கூறவும், பின்வரும் உரையாடல் தொடர்கிறது.

குணா: ஏன், நாவல்கள் படிப்பதால் பல நன்மைகள் உண்டே, ஏன் நீங்கள் படிப்பதில்லை?

சந்: நன்மையுண்டென்று தெரிந்திருந்தால் படித்திருப்பேன். கெடுதல் இல்லையென்று தெரிந்திருந்தாலும் படித்திருப்பேன்.

குணா: ஆனால், நாவல்கள் படிப்பதில் கெடுதல் உண்டென்று உங்கள் அபிப்பிராயம் போலிருக்கிறது?

சந்: எனக்கு அதைப் பற்றி நல்ல அபிப்பிராயமுமில்லை, கெட்ட அபிப்பிராயமுமில்லை. நாவல்கள் படிக்காதே என்று பெரியப்பா ஒருநாள் சொன்னார். அது முதல் நாவல்கள் படிப்பதில்லை.

. . . .

குணா : . . . அவர் நாவல்கள் படிக்காதே என்று சொன்னால் அதை நீங்கள் ஆட்சேபமில்லாமல் ஒப்புக்கொள்ளலாமோ? ஏன் படிக்கக்கூடாதென்று கேட்டீர்களா?

. . . .

சந் : நாவல் எழுதுவதென்றால் நிறைந்த உலகானுபவமும், சிறந்த கல்வியும், படைப்பாற்றலும் வேண்டும். இப்பொழுது நாவலாசிரியராக வெளிவருபவரில் இந்த யோக்யதையுடையவர் நூற்றுக்கு ஒருவர்கூட தேறுவது கஷ்டம். தமிழ் நாவல்களின் விருத்தி இந்நிலையிலிருக் கும் வரையில் ஒரு நாவலையாவது படிக்காமலிருப்பது உத்தமம் என்று சொல்லுகிறார்.[43]

இவ்வாறு தந்தைமைச் சமூகத்தின் பாதுகாவலர்களால் பெண்களின் வாசிப்புப் பெருமளவு கட்டுப்படுத்தப்பட்டிருந்தது. இத்தகைய விமரிசனங்களும் தடைகளும் எதிர்பார்க்கத் தக்கதே. காலனியாதிக்கக் காலச் சமூக மாற்றங்களின் விளைவாகத் தந்தைமை அமைப்புத் தன்னைத் தகவமைத்துக் கொள்ள வேண்டிய சூழ்நிலையில், பெண்கள்மீதான தன் கட்டுப்பாட்டை மீண்டும் நிலைநாட்ட வேண்டிய தேவையின் பின்புலத்தில் இவற்றைப் புரிந்துகொள்ளலாம். இவ்வாறு, நாவல் என்ற புதிய கலை வடிவத்தைக் கீழ்மையானதாகக் கருதும் போக்கு நடுத்தர வர்க்க அறிவாளர்களிடம் காணப் பட்டது. அவர்களுடைய விமரிசனத்தில் பல பொதுக் கூறுகள் உள்ளன. அவற்றைப் பின்வருமாறு தொகுத்துக்கொள்ளலாம்.

முதலாவதாக, தமிழ் நாவல்களெல்லாம் கீழ்த்தரமான ஆங்கில நாவல்களின் சாரமற்ற மொழிபெயர்ப்புகளாகும். இதன் தொடர்பில், சார்லஸ் டிக்கன்சின் சமகாலத்தவரும் (பத்தொன்பதாம் நூற்றாண்டின் இடை/பிற்பகுதி) வளர்ந்து வந்த ஆங்கிலேயப் பாட்டாளி வர்க்கத்தினரையே தன் வாசகராகக் கொண்டிருந்த எழுத்தாளருமான ஜி. டபிள்யு. எம். ரெய்னால்ட்சின் (1814-1879) பெயர் பலமுறை அடிபடுகின்றது. (இவருடைய நாவல்கள் இந்தியா முழுவதுமே பரவலாகப் படிக்கப்பட்டன என இந்திய நாவலின் முன்னோடி ஆய்வாளரான மீனாட்சி முக்கர்ஜி குறிப்பிடுகிறார்.[44]) மேலும், இத்தழுவல்கள் கள்ளத்தனமாகவும் செய்யப்பட்டதாம். ஒரே நூலைப் பலர் திருட்டுத்தனமாகத் தழுவி, வாசகரை ஏய்த்தனர். எஸ். ஜி. இராமானுஜலு நாயுடு கூறியது போல், '. . . ஒருவர் மொழிபெயர்த்த நாவலையே மற்றவர்களும் மொழி பெயர்த்துவிடுகிறார்கள். விலை கொடுத்து வாங்கும் ஜனங்கள் இந்த இரு மொழிபெயர்ப்

பினுள்ளும் ஒரே விஷயம் பிரஸ்தாபிக்கப்பட்டிருப்பதை நோக்கி ஏமாறுகின்றனர். ஆங்கிலத்திலுள்ள ஒரு கதையைத் தமிழில் *வீரவர்மன் வெற்றி* என்று ஒருவரும், *ஞானபூஷணி* என்று ஒருவரும், *சுந்தரி மனோகரன்* என்று ஒருவருமாக வெளியிட்டுள்ளார்கள்'.[45] இதன் தொடர்பில் இம்மொழி பெயர்ப்புகளின் தன்மை பற்றித் தி. செல்வ கேசவராய முதலியார் கூறியது கருதத்தக்கது: 'ஆங்கில நாவல்களின் தமிழ்த் தழுவல்கள் என்று சொல்லப்படுபவை பெரும்பாலும் பொருத்தமில்லாததாக, இரட்சணிய சேனையைச் சேர்ந்த வெள்ளைக்காரர்கள் இந்து உடைகளை அணிந்திருப்பது போல் உள்ளது.'[46]

இந்நாவல்கள், கல்விகேள்வி இல்லாதவர்களால், வெறும் காசுக்காக எழுத்துவேலையில் ஈடுபட்ட 'இறகோட்டி'களால் எழுதப்பட்டனவாம். *லக்ஷ்மி* சொல்லியது போல், 'ரகர றகரங்களைச் சரியாய் வழங்க அறியாதவர்கள்' எல்லாம் நாவல் எழுதத் தலைப்பட்டது தமிழ்ச் சமூகத்திற்கு ஏற்பட்ட கெட்ட காலம் எனப்பட்டது. இதற்கு மாற்றாக, கல்வியும் புலமையும் மிகுந்தவர்கள் நாவல் எழுதுவதைத் தம் தகுதிக்குக் கீழானதாகக் கருதாமல், முனைந்து செயல்பட்டு, நல்ல நாவல் களைப் படைக்க வேண்டும் என்று கோரிக்கை விடப்பட்டது. நாவல்களில் வெளிப்பட்ட மேலை நாட்டு 'அனாசாரங்கள்' தமிழ்/இந்தியச் சமூகத்தைப் பாழாக்குகின்றன என்பது முக்கியமான விமரிசனமாக அமைந்தது. மேலை நாட்டின் பொருண்மை/உலகியல் கருத்துகள் நம் நாட்டு ஆன்மீக/ மறுமை உள்ளீட்டைச் சிதைத்துவிடும் என்றும் அஞ்சப்பட் டது. மேலும், இந்நாவல்கள் 'கீழான' பாலியல் உணர்வுகளைத் தூண்டிக் 'காமக்ரோதாதிகளைக் கிளப்பி'விடுமெனவும் சொல்லப்பட்டது. ஆபாசம், கிளுகிளுப்பு, சிற்றின்பம், காமம், சோரம் முதலான சொற்கள் நாவல் பற்றிய விமரிசனங்களில் தாராளமாகப் பெய்யப்பட்டுள்ளதைப் பரக்கக் காணலாம். சொல்லப்போனால், இத்தகைய பரவலான கருத்துருவாக்கத் தின் காரணமாகப் பலர் நாவல்களை இரகசியமாகப் படிக்க வேண்டிய கட்டாயம் ஏற்பட்டதை அடுத்த இயலில் சற்று விரிவாகக் காண்போம்.

பெண்களின்மீது நாவல்கள் ஏற்படுத்தியதாகச் சொல்லப் பட்ட பாதிப்பு மிகுந்த அச்சத்தை நடுத்தர வர்க்க அறிவாளர் களிடம் ஏற்படுத்தியது. காலனிய இந்தியாவில் 'பெண்மை' என்பது மறுவரையறை செய்ய வேண்டிய முக்கியக் கருத் தாக்கமாகவும், தந்தைமைவழி ஆணாதிக்கத்தைத் தகவமைக் கவும் வேண்டியிருந்ததால் பெண்கள் நாவல் வாசிப்பது கண் காணிப்புக்குரியதாக இருந்தது.

நாவல் பற்றிய விமரிசனங்களுக்கெல்லாம் அடிப்படையாக, நாவல் என்ற கலைவடிவத்தின் மீதிருந்த மேட்டிமைத்தனமான வெறுப்பு அடிச்சரடாக ஓடுவதைக் காண முடிகின்றது. காவடிச் சிந்தும், விறலிவிடு தூதும் ஆபாசமான நூல்கள் என்று கூறி, அவற்றின் வெளியீட்டாளர்கள்மீது அரசாங்கம் நடவடிக்கை எடுத்ததைக் கண்டித்து 1913இல் சென்னை தொண்ட மண்டல உயர்நிலைப் பள்ளியில் கூடிய 'மேன்மக்க'ளின் கூட்டத்தில் போடப்பட்ட தீர்மானம் ஒன்று இதற்குப் பொருத்தமானதொரு சான்று:

> இந்நூல்கள் (காவடிச் சிந்து, விறலிவிடு தூது) குறைந்த எண்ணிக்கையில் உள்ள படித்தவர்களுக்கும் காத்திரமானவர்களுக்குமாகவே எழுதபட்டவை. இடையே வரும் ('ஆபாச'ப்) பகுதிகள் இவர்களுடைய மனத்தைக் கெடுக்க முடியாது. இன்றுள்ள சாதாரணப் பொது மக்கள் இவற்றைப் படிப்பதில்லை, அல்லது படிக்க வாய்ப்பில்லை .... சாதாரண மக்களின் மனங்கள் கெட்டுப்போகக் கூடாது என்று காவல் துறையினர் கருதினால், அன்றாடம் வெளிவரும் மலிவு விலைத் தமிழ் நாவல்களின்மீதே தம் கவனத்தைத் திருப்ப வேண்டும்.[47]

நாவல்:
விமரிசனம், எதிர்வினை, நிலைபேறு

இதுகாறும் நாவல் என்ற கலைவடிவம் இருபதாம் நூற்றாண்டின் தொடக்கப் பகுதியில் எதிர்நோக்கிய கடும் விமரிசனத்தைத் தொகுத்துப் பார்த்தோம். இவ்விமரிசனங்கள் எவ்வாறு எதிர்கொள்ளப்பட்டன, இதன்மூலம் நடுத்தர வர்க்க அறிவாளர்களின் கருத்தியல் மேலாண்மை எவ்வாறு தமிழ்ச் சமூகத்தின்மீது நிலைபெற்றது, இதன்வழி நாவல் தமிழ்ச் சமூகத்தில் எப்படி நிறுவப்பெற்றது என்பவற்றை இனிக் காண்போம்.

நாவல் பற்றிய விமரிசனத்திற்கு முதல் எதிர்வினையாற்றியது *ஆனந்த போதினியே*. நாகவேடு முனிசாமி முதலியாரால் 1915இல் தொடங்கப்பெற்ற இவ்விதழ், ஆரணி குப்புசாமி முதலியாரின் நாவல்களையெல்லாம் தொடராக வெளியிட்டதோடு, அவற்றை நூலாக்கவும் செய்தது என்பதை முன்னரே குறிப்பிட்டோம். *ஆனந்த போதினியின்* தந்தை முனிசாமி முதலியார், தாய் ஆரணி குப்புசாமி முதலியார் என்று ஒரு வாசகர் குறிப்பிடும் அளவுக்கு இவர்களிடையே பிணைப்பு

இருந்தது.[48] இவ்விதழ் தொடங்கப்பெற்ற ஓராண்டுக்குள் 5,000 உறுப்பினர்கள் சேர்ந்துவிட்டதாகவும் கூறிக்கொண்டது.[49]

ஆனந்த போதினியில் 'தமிழின் தற்கால நிலைமை' பற்றிக் கட்டுரை எழுதிய ஆரூர் எஸ்.ஜெகந்நாதன் என்பவர், தமிழை வளர்ப்பதற்கு நாவல்களும் ஒரு வழி என்றதோடு,

> ஆங்கிலத்திலுள்ள நவீனகங்கள் *(novels)* போன்ற கற்பனைக் கதைகள் நமது பாஷையில் அநேகமாய் இல்லையாதலால், கற்போர்க்குச் சன்மார்க்கம், கடவுள் பக்தி, யுக்தி, ஞானம் முதலியன மேம்படுமாறு செந் தமிழ் நடையில் இரசாலங்காரம் நிறைய முன்பின் முரணுறாமல் இக்காலத்தோர் நம்பக்கூடிய விதமாய் எழுதும் ஸ்ரீமான் ஆரணி குப்புசாமி முதலியார் அவர் களைப் போல் எளிய நடையில் எழுதுவதும் ஒரு வழியே

என்று ஆரணி குப்புசாமி முதலியார் மீது சுமத்தப்பட்ட குற்றச் சாட்டிற்கு மறுப்புக் கூறினார்.[50]

சேலம் மாவட்டம் இராசிபுரம் தாலுகாவிலிருந்து ஒருவர் *ஆனந்த போதினிக்கு* ஒரு கடிதம் விடுத்தார். தம் ஊர்ச் சங்கம் ஒன்றில் நாவலின் தீமையைப் பற்றி விரிவானதொரு சொற்பொழிவைக் கேட்டதாகவும், அதற்கு *ஆனந்த போதினி* யின் விடை என்னவென்றும் வினவியிருந்தார். அதற்கு அதன் இதழாசிரியர், 'நாவல்களில் நல்ல நடக்கைகள், கெட்ட நடக்கைகள் இரண்டும் அடங்கியிராவிட்டால் நீதிகள், ஆசாரங்கள், புத்திமதிகள் முதலியவைகளைப் போதிக்க அவை பயன்படமாட்டா. "வெயிலில் சென்றவனுக்குத்தான் நிழலினருமை தெரியும்" என்ற பழமொழி போல் கெட்ட நடக்கையால் நேரிடும் தீமைகளையுணர்ந்தால்தான் நல்ல நடக்கையால் உண்டாகும் நன்மைகளின் பெருமை நன்கு மன திற்படுவதோடு, கெட்ட நடக்கைக்கு அஞ்சி அதில் பிரவேசி யாதிருக்க வைராக்கியமுண்டாகும்' என்று விடையிறுத்தார்.[51]

தமது *கற்கோட்டை* என்ற நாவலுக்கு 1919இல் எழுதிய முன்னுரையில் ஆரணி குப்புசாமி முதலியாரும் இதே தர்க்கத்தைக் கைக்கொள்கிறார்.

> நேயர்களே! நமது மற்ற நாவல்களைப் போலவே இதிலும் வாசிக்க அருவருப்பாகிய விஷயங்களாவது, கற்புடைய கன்னிகா ரத்தினங்கள் வாசிக்கத் தகாத வார்த்தைகளாவது ஒன்றேனும் கிடையாது. சிலர், துஷ்டர்கள் சரித்திரங்கள் துர்நடக்கைகள் முதலியவை களடங்கிய கதைகளை வாசிக்கலாகாது என்று கருது கிறார்கள். இது முற்றும் தவறான அபிப்பிராயமே யாகும். ஏனெனில் துஷ்டருடைய நடக்கைகளையும்,

> அதனாலவர்கள் அடையும் பலன்களையும் உணர்ந் தால்தான் அவற்றில் பயமும் வெறுப்புமுண்டாகி அத்தகைய நடவடிக்கைகளினின்று விலகி நிற்க வேண்டுமென்கிற வைராக்கியம் உண்டாகும்.[52]

தமது மற்றொரு நாவலுக்கு எழுதிய முன்னுரையில், துப்பறியும் நாவலுக்கு அரணாக வேறு ஒரு வாதத்தை அவர் முன்வைக்கிறார் :

> துப்பறியும் கதைகளை வாசிப்பதால் ஒரு காரியத்தைச் செய்யத் துணியுமுன் தீர்க்காலோசனை செய்து பிறகு செய்யத் துணியும் பழக்கமும், புத்தி கூர்மையும், மனிதர் களுடைய திருஷ்டி மாத்திரத்தில் அறிந்துகொள்ளும் சாமர்த்தியமும் உண்டாகும்.[53]

நாகவேடு முனிசாமி முதலியார், ஆரணி குப்புசாமி முதலியார் ஆகியோரின் வாதங்களையொத்த ஒரு கருத்தையே *காந்திமதி (1929)* என்ற நாவலின் முன்னுரையில் சொ. பனையப்ப செட்டியாரும் தெரிவிக்கிறார் :

> நல்லறிவை மேற்கோளோடு உணர்த்தும்போது நன்னடக்கையுடையவர்களின் செயல்களைக் கூறி 'நாமும் இங்ஙனம் நடந்துகொண்டால் அவர்களைப் போல் நன்மையுண்டாகும் என்று உணரும்படி செய்வதும்', அங்ஙனமே தீயோரின் செயல்கள்... தகாதனவென்று கண்டித்துக் கூறுதலும், புதுவது புனையும் ஆசிரியர் களின் நோக்கமாகும். சிலர் இவற்றையுணராமல் கண்மூடித்தனமாய் 'நாவல்கள் தீமை பயப்பன' என்று கூறுகின்றனர்.[54]

இவ்வாறு நாவல்களின் முன்னுரைகளில் அவற்றின் ஆசிரியர்கள் தம் எழுத்துகளை நியாயப்படுத்துவதை,

> அந்தக் காலத்தில் வெளிவந்த நாவல்கள் பலவற்றின் முகவுரையிலே தமிழ் நாவல்கள் ஏராளமாக மலிந்து கொண்டிருக்கின்றன என்கிற குறிப்பு காணப்படுகிறது. அந்த மலிவு நாவல்களுக்கு மாற்றாகவே நாங்கள் நாவல்கள் என்கிற நவீனங்கள் எழுதியிருக்கிறோம் என்கிற தோரணையிலே பலர் தங்களுடைய நாவல் களுக்கு முகவுரை எழுதியிருக்கிறார்கள்

என்று க.நா.சு. அவதானிக்கிறார்.[55] இவ்வாறு நாவலுக்கு ஆதரவான குரல்கள் நடுத்தர வர்க்க அறிவாளர்களின் கருத்தை மறுப்பது போல் மேலோட்டமாகத் தோன்றினாலும், அவர்கள் முன்வைத்த அதே ஒழுக்கவியல்/கருத்தியல் சொல்லாடலுக்குள்தான் அமைந்திருந்தன. இச்சொல்லாடலை அவர்கள் கேள்விக்குள்ளாக்கவில்லை. பிற நாவலாசிரியர்களும்

மறுமொழி கூறாமல், தொடர்ந்து வழக்கம் போல் நாவல்கள் எழுதுவதன்மூலம் இச்சொல்லாடலை ஆமோதித்தனர்.

ஆயினும், வெகுசன நாவல் எழுதியோருக்கும் அவர்களின் விமரிசகர்களுக்குமான உறவு சிக்கலானதாகவும் இயக்கவியல் சார்ந்தும் அமைந்திருந்தது. இக்காலகட்டத்தில் நாவலின் செல்வாக்கு மிகுந்து, முக்கியமானதொரு பண்பாட்டு வடிவமாக அது உருப்பெற்று வந்தது. நாவலைக் கண்டித்துவந்த அதே வேளையில், நடுத்தர வர்க்க அறிவாளர்களும் நாவல் எழுதுவதில் தம் கைவரிசையைக் காட்ட வேண்டியவராயினர். அன்று ஓங்கிவந்த நாவலுக்கு ஒரு மாற்று வடிவத்தை முன்வைப்பதாகவும் அவர்கள் இதற்குக் காரணம் கூறினர். தேசிய இயக்கம் சார்ந்த சுப்பிரமணிய சிவாவும், அ. சுப்பிரமணிய பாரதியும்கூட நாவல் எழுதினர். அவ்வாறு எழுதுகையில், *நளினசுந்தரி அல்லது நாகரிக தடபுடல்* என்பது போன்ற வெகுசனப் பாணியிலேயே அவர்களுடைய தலைப்புகள் அமைந்தன. பச்சையப்பன் கல்லூரித் தமிழாசிரியரான கா. ர. கோவிந்தராஜ முதலியார் போன்ற தமிழ்ப் புலவர்கள் நாவல்களை எழுதியபோது ரகர றகரங்களைச் சரியாக எழுதினார்களோ என்னவோ, வெகுசன நாவல்களைவிட மேலான நாவல்களை எழுதிவிட்டதாகச் சொல்ல இயலாது.[56] மறைமலையடிகள் நாவல் எழுதியபோது ரெய்னால்ட்ஸ் நாவலையே தழுவி எழுதினார். தேவதாசி முறையைக் கேள்விக்குள்ளாக்கிய சீர்திருத்த நாவலை எழுதிய மூவலூர் இராமாமிர்தத்தம்மையாரும்கூட *தாசிகள் மோசவலை அல்லது மதிபெற்ற மைனர்* (1938) என்றே தலைப்பிட வேண்டியிருந்தது.

இந்த எதிர்வினைகளுக்கு ஊடேதான் தமிழ்ச் சமூகத்தில் நாவல் நிலைபெற்றது. இந்நிகழ்வுப்போக்கு 1930களில் வலுப்பெற்று, தன்னை நிலைநிறுத்திக்கொண்டது. முக்கியமாக, இக்காலகட்டத்தில், *மணிக்கொடி* இதழோடு பரவலாக அடையாளப்படுத்தப்படும் மறுமலர்ச்சி இலக்கியம் என்ற இலக்கியப் போக்கு அதற்கு முன்பு கோலோச்சிய கதைகளைக் கூர்மையாக விமரிசித்து, எள்ளி நகையாடியது.

தாகூர் எழுதிய *குமுதினி*யின் மொழிபெயர்ப்பை மதிப்புரைத்த கு. ப. ராஜகோபாலன் (கு.ப.ரா.), 'துப்பறியும் நாவல்கள் மண்டியிருக்கும் தமிழ்நாட்டில் . . . இது இலக்கிய ருசியை மாற்ற உபயோகப்படுமென்று' நம்பிக்கை வெளியிட்டார்.[57]

துப்பறியும் கதைகளைப் பற்றிப் பல இடங்களில் போகிற போக்கிலெல்லாம்கூடக் கேலி செய்தவர் புதுமைப்பித்தன். தமது 'நாசகாரக் கும்ப'லை *மணிக்கொடி*யில் முதலில் வெளியிட்டபோது, மருதப்ப மருத்துவனாரின் மனைவி

இறந்துவிட்டார் என்று அறிமுகப்படுத்திவிட்டுக், கதையின் முடிவில் நிலவுடைமைச் சாதியச் சக்திகள் மருதப்பர் 'மொழியைப் பேத்துக் கையில் குடு'த்து அவர் தள்ளாடும் போது மனைவியால் கைத்தாங்கலாக அழைத்துச் செல்லப் பட்டதாகப் பிசகாக எழுதியதைப் பின்வருமாறு குறிப்பிடு கிறார் : 'இந்த மாதிரி மாண்டவர் மீண்ட விந்தை துப்பறியும் திறமை காட்டாத இந்தக் கதையில் வந்திருப்பதைப் பத்திரிகை ஆசிரியருக்கு நாசூக்காக அறிவித்தேன்'.[58] மற்றொரு கட்டுரை யில், '"இந்த ரகசியங்களை எல்லாம் எப்படிக் கண்டுபிடித்தீர்" என்று துப்பறிவோரிடம் பதினான்காம் அத்தியாயத்தில் கதா நாயகன் கேட்கிற மாதிரி நீங்கள் என்னைக் கேட்க விரும்பு கிறீர்களா?' என்று வாசகரை நோக்கிக் கேலியாக வினவு கிறார் புதுமைப்பித்தன்.[59] இதே போல், 'பூசனிக்காய் அம்பி' என்ற சிறுவனின் சாகசங்கள் பற்றிய கதையில், கதை சொல்லி தன் வீட்டின் ஜன்னலருகே ஒரு செவ்வாழைப்பழக் குலையைத் தொங்கவிட்டுச் செல்கிறார். மாலை திரும்பும் பொழுது, அவர் வீட்டருகில் பல சிறுவர்கள் செவ்வாழை தின்பதை அவர் கண்ணுறுகிறார். 'இதிலிருந்து என்ன நடந்திருக்கும் என்பதைக் கண்டுபிடிக்க ஒரு துப்பறியும் கோவிந்தனும் வேண்டாம். வாசகர்களே இதற்குள் அந்த மகத்தான தொழிலைச் செய்து முடித்திருப்பார்கள்' என்று கூறுவதோடு, 'பூசனிக்காய்' அம்பியைப் பார்த்தவுடன், 'துப்பறியும் நாவலின் கடைசி அத்தியாயத்தில் நடக்கிறபடி "அடே பூசனிக்காய், வாழைப் பழக் குலைத் திருட்டிற்காக உன்னைக் கைது செய்கிறேன்" என்று அவன் தோள்மீது கையை வைத்துச் சொல்ல வேண்டும் என்று ஆசையாகி விட்டது' என்றும் புதுமைப்பித்தன் குறிப்பிடுகிறார்.[60] துப்பறியும் கதைகளில் தவறாமல் தட்டுப்படும் கூறுகளையே புதுமைப்பித்தன் இவ்வாறு கேலி செய்கிறார். அவருடைய 'திருக்குறள் செய்த திருக்கூத்து' கதை துப்பறியும் கதைகளைப் பற்றியதொரு முழுநீளப் பகடியே ஆகும்.

இத்தகைய கதைகளுக்கு மாற்றாகவே எதார்த்த எழுத்தை மறுமலர்ச்சி இயக்கத்தவர் முன்வைத்தனர். 'காதலில்லாமல் கதை முடியுமா?' என்ற கேள்வியை எழுப்பிக்கொண்டு கட்டுரை வரைந்த கி. சாவித்திரி அம்மாள்,

> 'ஏன் முடியாது?' என்று நாம் தைரியமாக விடையளிக் கலாம். உயிரற்ற, ரசமற்ற காதற் கதைகளே பெரும் பாலும் பத்திரிகை வாயிலாகவும் புஸ்தக ரூபமாகவும் வெளிவருவதால் நமக்கு இந்தச் சந்தேகம் எழுகின்றது. ஆனால் காதலைத் தவிர, வேறு விஷயங்களைப் பற்றி எழுதுவதில் எழுத்தாளர்களுக்குத் தேர்ச்சியில்லை என்றோ அப்படி எழுதினாலும் அத்தகைய கதைகளை

> வாசகர்கள் படித்து இன்புறமாட்டார்களென்றோ நினைப்பது தவறு. எழுதுகிறபடி எழுதினால் எவ்வளவு சாதாரண விஷயமும் சிறந்த இலக்கியமாக மாறிவிடு மென்பதை யார் சந்தேகிக்க முடியும்

என்று வினவி, நடேச சாஸ்திரியை முன்னுதாரணமாகக் காட்டினார்.[61]

எதார்த்த எழுத்துக்கு ஆதரவான தி.ஜ.ர.வின் வாதம் இதனினும் ஆணித்தரமானது:

> என் கதைகளுக்குப் பெரும்பாலும் மூலாதாரம் புற நிகழ்ச்சிகள்தான். சில சமயம் புற நிகழ்ச்சிகளால் தூண்டப்பட்ட அக நிகழ்ச்சிகள் என் கதைகளை வியா பித்து நிற்கின்றன. எல்லாம் மானுஷ்யமான கதைகள். வானத்தில் பறக்க மாட்டேன் என்று நான் சொல்ல வில்லை. விமானம் வேண்டும் அல்லது இறக்கை முளைக்க வேண்டும்—அப்போதுதான் நான் வானத் தில் பறப்பேன். ஆதாரம் இல்லாமல் ஜாலம் செய்ய, நான் துணிய மாட்டேன்; எனக்கு விருப்பமும் இல்லை. இறக்கை முளைக்காது என்பது நிச்சயம். விமானம் இப்போது கையில் இல்லை. கிடைத்ததும் உங்களுக்குத் தெரிவிக்கிறேன். அதுவரையில் பூலோகக் கதைகளை என்னிடம் எதிர்பாருங்கள்; 'வான'த்துக் கதைகளை எதிர்பார்த்துப் பயன் இல்லை. நமஸ்காரம்.[62]

ஆனால், அருவருப்புக்கும் வசைக்கும் இலக்காக இருந்த நாவலை நடுத்தர வர்க்கத்தினர் அசூயையின்றி ஏற்றுக் கொண்டு, கொண்டாடவும் செய்ததில் கல்கி ரா. கிருஷ்ண மூர்த்தி மற்றும் *ஆனந்த விகட*னின் பங்கு முகாமையானது. அஞ்சல்வழி வணிகத்தையும் விளம்பர முகவாண்மையையும் நடத்திவந்ததோடு, *ஆனந்த போதினி*யிலேயே தொடர்கதை எழுதி, *லக்ஷ்மிகாந்தன், ஆனந்தமேகன், ஜிநேந்திரன், மதுராம் பாள்* முதலிய நாவல்களையும் *இல்லற வாழ்க்கை ரகசியம்* என்ற நூலையும் எழுதி வெளியிட்ட எஸ். எஸ். வாசன், 1928 பிப்ரவரியில் பூதூர் வைத்தியநாதய்யரிடமிருந்து *ஆனந்த விக ட*னை வாங்கினார். சிரம தசையில் தள்ளாடிக்கொண்டிருந்த *ஆனந்த விகட*னைத் தம் வணிகத் தந்திரங்களின் மூலமாக நிலைநிறுத்தினார் வாசன். நகைச்சுவை, கதைகள், கேலிச் சித்திரங்கள், குறுக்கெழுத்துப் போட்டி ஆகியவை அடங்கிய மசாலா கலவையில், மிகச் சாதுரியமாக தேசியம் என்பதையும் வெற்றிகரமாக இணைத்துப் புதியதொரு வணிக வெற்றிச் சூத்திரத்தைத் தமிழ் இதழியலில் அவர் ஊன்றினார். இதற்குச் செயல் வடிவம் கொடுப்பதற்கு, அப்போது வளர்ந்துவந்த, முப்பது வயதுகூட நிரம்பாத கல்கியை இனங்கண்டு, நடைமுறை ஆசிரியராக்கினார்.

திரு.வி.க.வின் *நவசக்தியிலும்*, ராஜகோபாலாச்சாரியின் திருச்செங்கோடு காந்தி ஆசிரமத்தின் மதுவிலக்குப் பிரசார வெளியீடான *விமோசனத்திலும்* பணியாற்று முன்பே, கல்கி ஏராளமான நாவல்களை வாசித்திருந்தார். *ஆனந்த விகடன்* வெளியீடாக வெளியான ஆர். கே. நாராயணின் *சுவாமியும் சிநேகிதர்களும்* நூலுக்கான அணிந்துரையில் தாம் ஜே. ஆர். ரங்கராஜுவின் *இராஜாம்பாளை* மிகுந்த ஆர்வத்துடன் படித்ததைக் கல்கி சுவைபட விவரித்திருக்கிறார்.[63] (*மணிக்கொடி* இலக்கிய இயக்கத்தில் முக்கிய இடம் ஏற்ற பி. எஸ். ராமையாவும், ரங்கராஜு முதலானோரின் 'மண்மட்ட நாவல்களின் போலிக் கற்பனைச் சரக்குகளை' மாதிரியாகக் கொண்டு நாவல் எழுதிப் பார்த்துள்ளதாகக் கூறியிருக்கிறார்.[64] ஆரணி குப்புசாமி முதலியாரின் *கற்கோட்டையையும்*, ரெய்னால்ட்சின் நாவல்களையும் மிக ஆர்வமாகத் தம் மாணவப் பருவத்தில் படித்ததாக ந. சிதம்பர சுப்ரமண்யனும் பதிவுசெய்துள்ளார்.[65])

கல்கியின் மிகவும் புகழ்பெற்ற நாவலான *தியாக பூமியை* (1939) எடுத்துக்கொள்வோம். கொடுமைக்காரச் சிற்றன்னை, சோரம் போதல், ஸ்திரீலோலனான கணவன், திடுமெனப் பணக்காரனாகும் ஏழை, தொலைந்துபோகும் குழந்தை, வங்கி மோசடி, பரபரப்பான நீதிமன்ற வழக்கு, மங்களமான முடிவு என வெகுசன நாவல்களின் அனைத்துக் கூறுகளும் இதில் இடம்பெற்றுள்ளன. ஆனால் நாவலுக்குத் தகுதியை ஏற்படுத்தும் — மேற்கூறிய அம்சங்களைப் பூசிமெழுகும் — ஒரு புதிய கூறைக் கல்கி நுழைக்கிறார்: அதுதான் தேசியம். கதைப் போக்கிற்குத் தொடர்பில்லாமல் காங்கிரஸ் கட்சி ஆங்காங்கே தலைகாட்டுகிறது. மூப்படைந்த, மடிசஞ்சியான சம்பு சாஸ்திரி திடுமெனக் கதர் உடுத்தி, தேசிய ஊர்வலத்தை நடத்திச் செல்கிறார். (*தியாக பூமியின்* திரைவடிவத்திலே இது மிக வலுவாகக் காட்சிப்படுத்தப்பட்டுள்ளது; காந்தியடிகளோடு ஒப்புமைகொள்ளும் வகையில் சம்பு சாஸ்திரியின் சித்தரிப்பு அமைக்கப்பட்டுள்ளது.) காங்கிரஸ் அரசியலில் ஈடுபடுவதும், துறவு பூணுவதும் சமன்படுத்தப்படுகின்றன. ஸ்திரீலோலனும், ஒழுக்கங்கெட்டவனுமாக மட்டுமல்லாமல், வங்கி மோசடியில் ஈடுபடுவதோடு, விருப்பமில்லாத மனைவியின்மீது திருமண உரிமையை நிலைநாட்டுவதற்காக நீதிமன்ற மேறும் ஸ்ரீதரன், நாவலின் இறுதிக் கட்டத்தில் காங்கிரஸ் மறியலில் ஈடுபட்டுச் சிறை புகுந்ததும் அவன் மனைவி அவனை முழுவதுமாக மன்னித்துவிடுகிறார்! கல்கியின் கதைகளில் காங்கிரஸ் வேரில்லா அற்புதமாக அமைகின்றது. இதே போன்றதொரு சூத்திரத்தை வை. மு. கோதைநாயகியும் ஓரளவு தம் நாவல்களில் கையாள்கிறார்.

இதன் விளைவாக, நாவலுக்குச் சமூகத்தில் மதிப்புவாய்ந்த அந்தஸ்து கிட்டியது. கல்கி ஈடுபட்டிருந்த குழு அரசியலும் இதற்குத் தோதாக அமைந்தது. ராஜாஜி — டி. கே. சி. குழு கல்கிக்கு முட்டுக்கொடுத்தது. சங்க இலக்கியத்தைப் புறக் கணித்து, கம்பராமாயணத்திற்கு மைய இடத்துடன் இக்குழு கட்டமைக்க முயன்றதொரு இலக்கியக் கருவூலத்தின் நவீனப் பிரிவில் கவிமணிக்கும் கல்கிக்கும் உயர்ந்த இடம் வழங்கப் பட்டது. டி. கே. சி.யும் வையாபுரிப் பிள்ளையும் கல்கியின் கதை நூல்களுக்கு அணிந்துரை வழங்கி, சமூக அங்கீகார முத்திரை வழங்கினர்.[66]

*ஆனந்த விகடனு*க்கு வாசகச் செல்வாக்கு மிகுந்தது. கல்கியின் *கள்வனின் காதலி* வெளியானபோது ஏற்பட்ட பரபரப்பைக் 'கேதாரி' பின்வருமாறு குறிப்பிடுகிறார்.

> இளைஞர்கள், ஸ்திரீகள், முதியோர்கள் எல்லோரும் முத்தையன் என்ன ஆனான், கல்யாணிக்கு விமோசனம் உண்டா, அபிராமியின் குழந்தை மனம், சர்வோத் தம சாஸ்திரியின் மனிதத் தன்மை என்பதைப் பற்றியே பேசிக்கொண்டிருந்தார்கள். அப்பொழுது நான் மன்னார்குடியில் இருந்தேன். அங்கு சனிக்கிழமை தோறும் காலை எட்டு மணி ரயிலில் *விகடன்* பிரதிகள் வரும். நான் நேராக ரயில்வே ஸ்டேஷனுக்கே சென்று பிரதியை வாங்கிப் படித்துக்கொண்டே நடந்து திரும்பி வருவேன். வீட்டிலே பெண்கள் *விகடன்* வாசித்து விட்டுத்தான் குளிக்கப் போக வேண்டும் என்று காத்திருப்பார்கள். படிப்பதற்கு நான் முந்தி, நீ முந்தி என்று போட்டி வேறு. இதுபோல்தான் ஒவ்வொரு வீட்டிலும் அப்பொழுது நடந்தது.[67]

இப்போது நடுத்தர வர்க்க மக்கள், முக்கியமாகப் பெண் கள் — ஒழுக்கத்திற்கு எந்த ஊறுமில்லாமல்! — நாவல் வாசிக்க முடிந்தது. டி. கே. சி. குறிப்பிட்டது போல்,

> ஒரு கை தோசைக்கு ஆட்டிக்கொண்டிருக்க மற்றொரு கை *விகடனை* விரித்துப் பிடித்துக்கொண்டிருக்கிறதை யும், பிள்ளைத் தொட்டிலுக்கு ஒரு கையும் கதைக்கு ஒரு கையுமாய்ப் பெண்கள் பிரித்துக் கொடுக்கிறதையும் பார்க்கிறோம். பள்ளிப் பையன்களும் பெண்களுமே பாட புஸ்தகத்துக்குக் கீழே *விகடனை* ஒளித்து வைத்துக்கொண்டு கருத்தாய்ப் படித்து முடிக்கிறதானது உபாத்தியாயர்கள் சொல்லுகிற பெரும் புகார். பல சரக்குக் கடை, மிட்டாய்க் கடை, மாங்காய்க் கூறுகள் விற்க வைத்திருக்கும் மாமரத்தடி இதெல்லாம் போக, சுருட்டு சிகரெட்டு புகைந்துகொண்டிருக்கும் ரயில் இரண்டாவது முதலாவது வகுப்புகளிலும் *விகட*னில்

வரும் கல்கி கதைகளை வாசித்துக்கொண்டிருப்பதைக் காணலாம். தமிழ்நாட்டில் முக்கு முடைகளில் எல்லாம் புகுந்து சிரிப்பூட்டவும், திகைப்பூட்டவும், துயரூட்டவும் செய்துவருகின்றன அக்கதைகள். தமிழ் வாசிப்பவர்கள் நாற்பதினாயிரம் ஐம்பதினாயிரம் என்றெல்லாம் ஏற்படலாயிற்று.[68]

கல்கி மற்றும் அவர்வழித் தமிழ்ச் சமூகத்தில் நாவலின் ஏற்புடைமை டி.கே.சி.யின் எழுத்தில் ரசனையுடனும் அவருக்கேயுரிய மிகையுடனும் ஆவணப்படுத்தப்பட்டிருக்க, க. கைலாசபதி எதிர்மறையானதொரு மொழியில் அதனையே வழிமொழிந்துள்ளார்.

> கல்கி என்றுமே நடைச்சிறப்பிற்குப் பாராட்டப்பட்டவர் அல்லர். சுருக்கமாகக் கூறுவதாயின் தற்புதுமையும் சிருஷ்டித் திறனுமற்ற ஓர் உரைநடையைக் கருவியாகக் கொண்டு மாமூலான அடிக்கருத்துகளைக் கதைப் புணர்ப்பிலே பயன்படுத்தி, பொதுவாக ஏற்றுக் கொள்ளப்படும் சராசரித் தமிழில் மரியாதையான இல்லங்களில் குடும்பத்தோடு படிக்கத்தக்க கதைகளை எழுதினார் கல்கி.[69]

கல்வித்துறை சார்ந்த மொழியில் கைலாசபதி கூறுவதைத் தான் புதுமைப்பித்தன் தன் சவுக்கடி மொழியில், 'ஆரணி ஸ்ரீ குப்புசாமி முதலியாரும், வடுவூர் கே. துரைசாமி அய்யங் காரும் செய்துவந்த காரியங்களை "கல்கி" கொஞ்சம் சுத்தமாக செய்து வருகிறார். அதை இலக்கிய வளர்ச்சி என்று வெகு காலமாக தம்பட்டமும் அடித்து வருகிறார்' என்று கூறு கிறார்.[70]

இவ்வாறு, தமிழ்ப் பண்பாட்டுலகில் வெகுசன நாவல்களின் வரவோடு ஏற்பட்ட முரண்பாட்டுக்குக் கல்கி நாவல்களின் வழி, நடுத்தர வர்க்கத்தின் கருத்தியல் தேவைகளுக்கேற்பத் தீர்வு காணப்பட்டது. வெகுசன நாவல்களின் சாதகமான கூறுகள் என்று கருதப்பட்ட பரபரப்பு, ஆர்வம், வேகமான கதைசொல்லல், திடுக்கிடும் திருப்பங்கள், நுட்பங்களற்ற உரைநடை, மிகை உணர்ச்சி முதலானவை அங்கீகரிக்கப் பட்ட நாவலின் வடிவத்தில் கைவயப்படுத்திக்கொள்ளப் பட்டன. முந்தைய வெகுசன நாவல்களைக் கண்டித்த அதே வேளையில், அவற்றின் வடிவமும் கூறுகளும் உள் வாங்கப்பட்டு, புதிய லேபிளோடு உலாவரத் தொடங்கின. வெகுசன நாவல் கூறுகளின் பயன்பாட்டுக்கு நியாயப்பாடு பெற, கல்கியும் வை. மு. கோதைநாயகியும் தேசியத்தைப் பயன்படுத்தினர்.

'நவீனம்', 'நவீனகம்', 'புதினம்' என்று பல்வேறு பெயர்களில் வழங்கப்பட்ட நாவலுக்கு, இக்காலகட்டத்தில் 'நாவல்' என்ற பெயரே நிலைத்துவிட்டது. நாவல் என்ற பண்பாட்டு வடிவம் தமிழ்ச் சமூகத்தில் நிலைபெற்றுவிட்டதை இது சுட்டுகிறது.

இவ்விடத்தில், வேதநாயகம் பிள்ளை பயன்படுத்திய 'வசன காவியம்' என்ற தொடருக்கு என்ன பொருள் என்பது பற்றிய விவாதத்தை நோக்குவது பயன் தரும். 'இங்கிலீஷ், பிரெஞ்சு முதலிய பாஷைகளைப் போலத் தமிழில் வசன காவியங்கள் இல்லாமலிருப்பது பெருங் குறை ...'[71] என்ற வேதநாயகம் பிள்ளையின் குறிப்பிலிருந்து, நாவலே இவ்வாறு குறிப்பிடப்படுகின்றது எனக் கி.வா. ஜகந்நாதனும், க.நா.சு.வும், க.கைலாசபதியும் கொள்கின்றனர். க.நா.சு., இத்தொடர் தமக்கு உவப்பளிக்கவில்லை என்பதைச் சுட்டவோ, என்னவோ, மேற்கோள் குறிக்குள் அதனைப் பயன்படுத்துகிறார்.[72] Prose epic என்பதன் நேர் மொழிபெயர்ப் பாகவே 'வசன காவியம்' என்பது நாவலைக் குறிக்கப் பயன்படுத்தப் பட்டது என்று கைலாசபதி விரிவாக எழுதுகிறார்.[73] இதனை மறுக்கும் சிட்டி—சிவபாதசுந்தரம், இது நாவலைக் குறிப்பிடவில்லையென்றும், உரைநடைக் கட்டுரையினையே வேத நாயகம் பிள்ளை குறிப்பிட்டார் என்றும் வாதிட்டு, '"பெண் கல்வி"யென்கிற வசன காவியம்" என்றும், 'Essay on Female Education' என்றும் இருமொழியி லும் அவர் கையாண்டி ருப்பதைச் சுட்டுகின்றனர்.[74]

வேதநாயகம் பிள்ளை எந்தப் பொருளில் 'வசன காவியம்' என்பதை வழங்கினார் என்று வாதிட இடமுண்டு; கட்டுரை என்ற பொருளில் அதைக் கையாண்டார் என்று நிறுவவே அதிக இடமிருக்கலாம். *தத்துவ போதினி* என்ற பிரம்ம சமாஜ இதழின் முதல் தலையங்கம் '... நம்முடைய பாஷை யில் வசன காவியமில்லாத குறை' என்று உரைநடைக் கட்டுரைகளில்லாத குறையைக் குறிப்பிடுவதும் இதற்கு வலுச்சேர்க்கலாம்.[75] ஆனால் பல்வேறு சான்றுகளையும் பயன்படுத்தி, பரந்த தளத்தில் இதைப் பார்க்க வேண்டும். வேதநாயகம் பிள்ளையின் வாழ்க்கை வரலாற்றை 1890இல் எழுதிய அவரது பெரியம்மா மகன் ச.ஞானப்பிரகாசம் பிள்ளை, *பிரதாப முதலியார் சரித்திரத்தை*, 'இது தமிழில் முதல் நாவலென்றும், இத்தன்மையுடைய வசன காவியம் இதற்கு முன்னிலையென்றும்' குறிப்பிடுவதோடு, '*சுகுண சுந்தரி சரித்திரமும்* ... ஓரினிய வசன காவியமே'[76] என ஒருமுறைக்கு இரு முறை, நாவலை வசன காவியமெனவே சுட்டுகிறார்.

மேலும், இலக்கியத்தின் உட்பிரிவுகள் பற்றி 1934இல் எழுதிய புதுமைப்பித்தனும், 'வசன நடையிலே காவிய அமைப்புக்களின் உறுப்புக்கள் அடங்கி இருக்கும் கிரந்தம் தான் வசன காவியம்' என்றதோடு 'பாரதியாரின் ஞானரதம் தமிழில் அற்புதமான வசன காவியம்' என்று எடுத்துக் காட்டும் தருகிறார்.⁷⁷

இவற்றிலிருந்து உரைநடையில் எழுதப்பட்டதொரு கதை வடிவத்தைச் சுட்ட 'வசன காவியம்' என்ற தொடர் பயன் படுத்தப்பட்டது என்று கொள்வது பொருத்தமாக இருக்கும். நாவல் என்பதைச் சுட்ட இது பயன்படுத்தப்படவே இல்லை என்று சிட்டி — சிவபாதசுந்தரம் போல் சாதிக்க வேண்டிய தில்லை. 'வேதநாயகம் பிள்ளை மீது நமது கருத்தைச் சுமத்துவது சரியல்ல' என்று கூறும் சிட்டி — சிவபாதசுந்தரம் செய்திருப்பதும் அதேதான். மேலும், ஒரு வகைமை உருப் பெறும் காலத்தில் கறாராகப் பெயர் சூட்டப்பெறும் என்றும் எதிர்பார்க்க முடியாது. அவ்வகைமை காலூன்றி நிலைபெறு வதும், அதற்குரிய (பொதுவாக ஏற்றுக்கொள்ளப்படுகின்ற) பெயரொன்று அமைவதும் ஏறத்தாழ உடனிகழ்வாகப் பெரிதும் அமையும்.

தமிழ்ச் சமூகத்தில் நாவல் என்ற கலை வடிவம் தோன்றி, நிலைபெற்ற காலகட்டத்தில் அதற்கு வழங்கப்பட்ட பல்வேறு பெயர்களில்—நவீனம், நவீனகம், புதினம்—'வசன காவியம்' என்பதும் ஒன்று என்று கொள்வது இங்கு முன்வைக்கப் பட்டுள்ள வாதத்திற்குப் போதுமானது.

வழக்கமான இலக்கிய வரலாறுகள், தமிழ் நாவலின் வர லாற்றைப் பத்தொன்பதாம் நூற்றாண்டின் இறுதியில் — வேதநாயகம் பிள்ளை, பி. ஆர். ராஜம் அய்யர், அ. மாதவையா ஆகியோருக்குப் பின்னர் — தொடங்கி, இருபதாம் நூற்றாண் டின் முதற்பகுதியை இருண்ட காலமாகக் கற்பித்து, அதை அழிக்கப் புரவியேறிவந்த அவதாரமாகக் கல்கியைச் சித்தரிப் பது வழக்கம். உண்மையில், பிரதாப முதலியார் சரித்திரம், கமலாம்பாள் சரித்திரம், பத்மாவதி சரித்திரம் முதலான தொடக்க கால நாவல்கள் இலக்கிய அந்தஸ்து பெற்று, ஒரு மரபின் தொடக்கமாக இனங்காணப்பட்டது நாவல் பற்றிய கடுமையான விவாதங்களின் ஊடேதான். வெகுசன நாவல்கள் நடுத்தர வர்க்க அறிவாளர்களால் கடுமையாக விமரிசனம் செய்யப்பட்டு, அக்கருத்தியல் போராட்டங் களின்வழி நாவல் என்ற பண்பாட்டு வடிவம் தமிழில் நிலை நாட்டப்பெற்றபோது, வெகுசன நாவல்களுக்கு எதிர்மறை யாக வேதநாயகம் பிள்ளை, பி. ஆர். ராஜம் அய்யர்,

அ. மாதவையா ஆகியோரின் நாவல்கள் முன்னோடியான வையாகவும் உயர்ந்த இலக்கியமாகவும் அடையாளப் படுத்தப்பட்டன.

இருண்ட காலம் என்று வரலாற்றாளர்கள் சுட்டும் காலப் பகுதிகளே பெரும்பாலும் பல்வகைக் கருத்துகள் முட்டி மோதுகிற களமாகவும், வரலாறுகள் வரையறுக்கப் படுகின்ற காலமாகவும் இருப்பது கவனத்திற்குரியது.

சான்றுக் குறிப்புகள்

1. *குமரன்*, 2(10), தை, உருத்திரோற்காரி (ஜனவரி 1924). மேலும் காண்க: என். வெங்கடரமணன், 'நாவல்: ஒரு சிறு ஆராய்ச்சி', *குமரன்*, 3(3), ஆனி, ரக்தாக்ஷி (1924). இக்கட்டுரையும், இந்த இயலில் குறிப்பிடப் பெறும் நாவல் பற்றிய விவாதங்கள் தொடர்பான அக்காலக் கட்டுரைகளும் முழுமையாகப் பிற்சேர்க்கையில் வழங்கப்பட்டுள்ளன.
2. *லக்ஷ்மி*, 3(9), ஏப்ரல் 1926.
3. *ஆனந்த போதினி*, 2(2), ஆகஸ்டு 1916.
4. *மேலது*, 1(1), ஜூலை 1915; *விவேகோதயம்*, 1(1), ஏப்ரல் 1916.
5. *ஆனந்த போதினி*, ஏப்ரல் 1934, விளம்பரம்.
6. எனக்குப் பார்க்கக் கிடைத்த இதழ்: *நாவல்*, 1(2), ஜனவரி 1917. இதில் மூன்று நாவல்கள் தொடராக வெளியிடப்பட்டிருக்கின்றன. இவற்றைத் தவிர வேறு எதுவும் வெளியிடப்படவில்லை. பின்பக்க அட்டையில் உள்ள வாசகம்:

   ஆரிய சிகாமணிகாள்!

   உங்களுக்கு ஈசனால் அளிக்கப்பட்டிருக்கும் நேரத்தை ஏன் வீணாக்க வேண்டும்? தினந்தோறும் உங்களுக்கு ஏற்பட்டிருக்கும் கர்மானுஷ்டானங்களுக்குள்ள நேரம் போக பாக்கி நேரங்களில் இராமநாதபுரம் ஜில்லா காரைக்குடியில் பிரசுரமாகும் *நாவல்* என்னும் மாதாந்தப் புத்தகத்தை தருவித்துப் படித்து ஆனந்த மடையுங்கள்.
7. *லக்ஷ்மி*, 2(1), ஆகஸ்டு 1924, விளம்பரம்.
8. *லக்ஷ்மி* 1(9), மே 1936 மற்றும் 1(11), ஜூலை 1936 ஆகிய இதழ்களில் *நவீனம்* பற்றி முறையே வெளியான மதிப் புரையும் விளம்பரமும்.

9. ஏ. வி. சுப்பிரமணிய அய்யர், *தற்காலத் தமிழ் இலக்கியம்*, சென்னை, 1985, ப. 153 (முதல் பதிப்பு 1933; இரண்டாம் பதிப்பு 1942).

10. 'ஓடாதீர்', *கிராம ஊழியன்*, 1944 ஆண்டு மலர். *புதுமைப் பித்தன் கவிதைகள்*, சென்னை, 195, ப. 39

11. *அமிர்தகுண போதினி*, 15 ஆகஸ்டு 1928: இராஜாம்பாள் மதிப்புரை.

12. ஜே. ஆர். ரங்கராஜு, *மோஹனசுந்தரம்*, சென்னை, 1927 (12ஆம் பதிப்பு), விளம்பரம். ஜே. ஆர். ரங்கராஜு, தமது சொந்த அச்சகத்தில் ஒவ்வொரு நாவலையும் பத்தாயிரம் பிரதிகளாக அச்சிட்டுப் பின்பு ஒவ்வொரு ஐந்நூறு பிரதிகளையும் தனிப்பதிப்பாக வெளியிட்டதாகக் க.நா.சு. குறிப்பிடுகிறார் (*இலக்கியச் சாதனையாளர்கள்*, சிதம்பரம், 1987, ப. 188). இச்செய்தி உண்மையாகவே இருந்தாலும்கூட, ரங்கராஜுவின் நாவல்கள் பத்தாயிரம் எண்ணிக்கையில் வெளியிடப்பட்டன என்றே தெரிகிறது.

13. அவ்வை தி. க. சண்முகம், *எனது நாடக வாழ்க்கை*, சென்னை, 1986, ப. 134-35, 174, 184-5, 328-9.

14. G.O. No. 558 - 9, Education (Confidential) 14.5.1914, Government of Madras.

15. G.O. No. 363, Education (Confidential) 10.6.1911.

16. *அமிர்தகுண போதினி*, 16 ஜுலை 1932.

17. *சுதந்திரச் சங்கு*, 8.7.1933.

18. திரு. வி. க. *வாழ்க்கைக் குறிப்புக்கள்*, சென்னை, 1982, ப. 106-7 (முதற் பதிப்பு 1944).

19. மறைமலையடிகள், *குமுதவல்லி, நாகநாட்டரசி*, பல்லாவரம், 1921, ப. vii.

20. *குமரன்*, 2(6), புரட்டாசி, உருத்திரோற்காரி (செப்டம்பர் 1923).

21. *கலைமகள்* (புதுவை), 2(2), பிப்ரவரி 1914.

22. M. S. Purnalingam Pillai, *Tamil Literature*, Munnirpallam, 1929, p.368. மு. சி. பூர்ணலிங்கம் பிள்ளையின் இக்கருத்துகளைத் தழுவி, சில பத்திகளை அண்ணாமலைப் பல்கலைக்கழக வரலாற்றுப் பேராசிரியராக விளங்கிய சி. எஸ். ஸ்ரீநிவாசாச்சாரி ஒரு கட்டுரை வரைந்துள்ளார் : C. S. Srinivasachari, 'Studies in the Growth of Modern Tamil' in *Annals of the Bhandarkar Oriental Research Institute*, Vol. XXIII, 1942 (Silver Jubilee Volume, 1943).

23. *செந்தமிழ்ச் செல்வி*, 10(9), செப்டம்பர் - அக்டோபர் 1932.

24. *ஞானபாநு*, 3(4), ஜூலை 1915; மேலும் காண்க: *ஞான பாநு*, 2(2), மே 1914 — அ. சுப்பிரமணிய பாரதியின் *சுந்தரவல்லி* நாவல் மதிப்புரை: 'இக்காலத்தில் பெரும் பான்மையாக எழுதப்படும் "நாவல்"களைப் போல், இந்"நாவல்" அந்நிய பாஷைகளிலுள்ள கதைப் புஸ்தகங் களிலிருந்து திருடப்பட்டதன்று, பிச்சையெடுக்கப்பட்ட தன்று. இக்கதையை ஆசிரியர் ஸ்வயமே எழுதியுள்ளார் என்றே நாம் நிச்சயிக்கின்றோம்.'

25. சுப்பிரமணிய சிவா, *நளினசுந்தரி அல்லது நாகரிக தடபுடல்*, சென்னை, 1914, முன்னுரை.

26. *வ. வே. சு. ஐயர் கட்டுரைகள்* (ப - ர்: பெ. சு. மணி), திருநெல்வேலி, 1981, ப. 28.

27. வ. வே. சு. ஐயர், 'புத்திலக்கியங்கள்', *குமரன்*, 2(1), சித்திரை, உருத்திரோற்காரி (ஏப்ரல் 1923). *வசந்தம்* (4(1), ஏப்ரல் 1947) இதழில் 'தமிழ் நாவல்கள்' என்ற கட்டுரை எழுதிய கே. விஜயராகவன் என்பவர், வ. வே. சு. ஐயர் *தேசபக்தனில்* எழுதிய கட்டுரையிலிருந்து மேற் கோள் காட்டியுள்ளார். நாம் பயன்படுத்தியுள்ள *குமரன்*, *சுதேசமித்திரன்* கட்டுரைகளின் கருத்தோட்டத் தோடு இது பொருந்தியுள்ளது. ஆனால், சீரழிவுத் தமிழ் நாவலாசிரியர்களாக ஜே. ஆர். ரங்கராஜு, ஆரணி குப்புசாமி முதலியார் ஆகியோரை மட்டுமே வ. வே. சு. ஐயர் குறிப்பிட்டுள்ளார்; வடுவூர் துரைசாமி அய்யங்காரின் பெயரை ஏனோ குறிப்பிடவில்லை.

28. *நவசக்தி*, 16 பிப்ரவரி 1927இல் மறுபதிப்பான கட்டுரை; 'இராமப்பிரியன்' என்பவர் எழுதியது.

29. *பாரதி நூல்கள் : கட்டுரைகள் : கலைகள்* (பாரதி பிரசுராலயப் பதிப்பு), சென்னை (காலம் இல்லை), ப. 101.

30. *சுதந்திரச் சங்கு*, 8.7.1933.

31. *பஞ்சாமிர்தம்*, 1(7), அக்டோபர் 1924 இதழில் மறு பிரசுரம் செய்யப்பட்டது. துப்பறியும் கோவிந்தன், ஜே. ஆர். ரங்கராஜு நாவல்களின் கதாநாயகன்.

32. *பஞ்சாமிர்தம்*, 2(6), செப்டம்பர் 1925: 'இந்த நாவல், தற்காலத்தில் சில ஜனங்கள் உகந்து படிக்கும் "துப்பறி யும்" வர்க்கத்தைச் சேர்ந்தது. தமிழ் நடை தெளிவா யிருக்கிறது. துப்பறியும் கதைச் சூழ்ச்சியில் அவ்வளவு சிலாக்கியமாகத் தோற்றவில்லை. ஆனால் தற்காலத்து

எலக்ஷன் புரட்டுகளையும், ராஜீயக் குழப்பங்கள் போட்டிகளையும், நாவலர் இதில் புகுத்தி வருணித்திருப்பது ருசிகரமாயிருக்கிறது ....'

33. *பஞ்சாமிர்தம்*, 2(6), செப்டம்பர் 1925.

34. *பாரதமணி*, 3(4), 22.10.1939.

35. நா. சுப்பிரமணியன், *ஈழத்துத் தமிழ் நாவல் இலக்கியம்*, யாழ்ப்பாணம், 1978, ப. 23-4.

36. ஆர். ஷண்முகசுந்தரம், 'நான் என்ன படிக்கிறேன், ஏன்?' *இலக்கிய வட்டம்*, (44), ஆகஸ்டு 1962.

37. *சுதந்திரச் சங்கு*, 8.7.1933.

38. *பஞ்சாமிர்தம்*, 2(6), செப்டம்பர் 1925.

39. மேற்கோள்: சிட்டி, சிவபாதசுந்தரம், *தமிழ் நாவல்: நூறாண்டு வரலாறும் வளர்ச்சியும்*, சென்னை, 1977, ப. 102.

40. திரு.வி.க., *பெண்ணின் பெருமை அல்லது வாழ்க்கைத் துணை*, சென்னை, 1927, ப. 97-8. திரு. வி. க. கையாளும் 'போலி நாவல்' என்ற தொடர் கவனத்திற்குரியது. 'போலி நாவல்' என்று குறிப்பிடுவதால், 'உண்மை நாவல்' என ஒன்று உள்ளதாக அவர் கருதினார் எனக் கொள்ள முடியாது. நாவல் என்றாலே போலிமையானது என்பதே அவர் கருத்து.

41. *சுபமங்களா*, மார்ச் 1992.

42. 'என் புத்தகங்கள்', *கலைமகள்*, தொகுதி 7, மே 1935, ப. 438.

43. மேற்கோள்: சிட்டி, சிவபாதசுந்தரம், *தமிழ் நாவல்*, ப. 132.

44. Meenakshi Mukherjee, *Realism and Reality: The Novel and Society in India*, Delhi, 1985, p. 6. ரெய்னால்ட்ஸ் நாவல்களைத் தமிழாக்குவது இருபதாம் நூற்றாண்டுத் தொடக்கத்து நிகழ்வுப்போக்கு என்ற எண்ணத்திற்கு மாறாக, பத்தொன்பதாம் நூற்றாண்டின் இறுதியிலேயே ஒரு நாவல் (*உமறு பாஷா யுத்த சரித்திரம், 1889*) குலாம் காதிறு நாவலரால் மொழிபெயர்க்கப்பட்டுள்ளதைக் கண்டறிந்து, அண்மையில் மறுபதிப்புச் செய்திருக்கிறார் முரளி அரூபன்.

45. *கதா மோகன ரஞ்சிதத்திலிருந்து* (1915) மறுபதிப்பு: *குமரி மலர்*, ஜூலை 1974. இதே போக்கில் எஸ். ஜி. இராமாநுஜலு நாயுடு இன்னொரு இடத்திலும் '... ஒரே ஆங்கில நாவலைப் பலரும் மொழிபெயர்த்து

விடுவதில், அந்தப் பல நாவல்களையும் ஒருங்கே பெற்று அவையாவும் ஒரே கதையாக இருக்கக் கண்டு' வாசகர்கள் ஏமாறுகின்றனர் என்று குறிப்பிட்டுள்ளார் (*அமிர்தகுண போதினி*, 16.7.1932).

46. *எல்லாள் அல்லது நல்ல மனைவியே நல்ல பொருள்*, சென்னை, 1915, தி. செல்வகேசவராய முதலியாரின் ஆங்கில முன்னுரை: 'Many of the so-called Tamil adaptations of English novels are misleading, and most of them appear uncouth in Tamil like the English people of the Salvation Army in Hindu dress.'

47. G.O.No 289, Judicial (Confidential), 11.2.1913.

48. *ஆனந்த போதினி*, 5(2), ஆகஸ்டு 1919.

49. மேலது, 1(12), ஜூன் 1916.

50. மேலது, 4(5), நவம்பர் 1918.

51. மேலது, 5(2), ஆகஸ்டு 1919.

52. ஆரணி குப்புசாமி முதலியார், *கற்கோட்டை*, சென்னை, 1955 (எட்டாம் பதிப்பு), ப. 3-4.

53. ஆரணி குப்புசாமி முதலியார், *மதன பூஷணம் அல்லது இறந்தவள் பிழைத்தது*, சென்னை, 1912. மேலும் காண்க: ஆரணி குப்புசாமி முதலியார், *கிருஷ்ணவேணி அல்லது அதிசய மர்மச் சுரங்கம்*, மேற்கோள்: இரா. மோகன் (ப-ர்), *நாவல் வளர்ச்சி*, சென்னை, 1989, ப. 187.

54. மேற்கோள்: வே. சீதாலட்சுமி, *தமிழ் நாவல்கள்: அகர வரிசை*, சென்னை, 1985, ப. xxvi.

55. க.நா.சு., 'தமிழ் நாவல்கள்', *சந்திரோதயம்*, 30.9.1946.

56. காண்க : கா. ர. கோவிந்தராஜ முதலியார், *மதனமனோகரி*, சென்னை, 1924. அவருடைய மறைவையொட்டி வெளியான *கா. ர. கோவிந்தராஜ முதலியார் நினைவு மலரில்* (1952) அவர் நாவலாசிரியர் என்ற செய்தியே இல்லை என்பதும் குறிப்பிடத்தக்கது.

57. *மணிக்கொடி*, 4(8), 15.12.1936.

58. 'என் கதைகளும் நானும்', *கலைமகள்*, ஆகஸ்டு 1942; *புதுமைப்பித்தன் கட்டுரைகள்* (ப-ர்: ஆ. இரா. வேங்கடாசலபதி), நாகர்கோயில், 2000, ப. 176.

59. *புதுமைப்பித்தன் கட்டுரைகள்*, (ப-ர்: ஆ. இரா. வேங்கடாசலபதி), நாகர்கோயில், 2000.

60. *புதுமைப்பித்தன் கதைகள்* (ப-ர்: ஆ. இரா. வேங்கடாசலபதி), நாகர்கோயில், 2000, ப. 263. புதுமைப்பித்தன்

வெகுசன நாவல்களை மட்டுமே பகடி செய்யவில்லை. இதற்குச் சற்று முந்திய காலகட்டத்துச் சமூக சீர்திருத்த நாவல்களையும் அவர் விட்டுவைக்கவில்லை. அவருடைய 'ஆண்மை' கதையில், தன் தந்தையின் அநியாயச் செயல்பாட்டைப் பற்றி 'நாவல்களில் படித்த கதாநாயகி போல்' தன் மனைவி ருக்மிணியும் கடிதம் எழுதுவாள் என்று கதாநாயகன் சீமா எதிர்பார்க்கிறான். அவ்வாறு கடிதம் வராததால், 'ஒரு வேளை, நாவல்களில் படித்த மாதிரி வேறொருவனைக் காதலிக்கிறாளோ என்னவோ? பொம்மைக் கலியாணம் செய்யப்பட்ட பெண், நாவல் சம்பிரதாயப்படி வேறொருவனைக் காதலித்து... கடைசியாகப் பிரம்ம சமாஜத்தில் சேர்ந்து கலியாணம் செய்துகொள்ளுவதுதான் சுவாரஸ்யமான முடிவு. அந்தக் கட்டத்தில்தான் கதாசிரியனும், "வாசகர்களே!" என்று ஆரம்பித்துக் குழந்தைக் கலியாணத்தின் கொடுமைகளைப் பற்றி வியாசம் எழுத முடியும்...' *(புதுமைப்பித்தன் கதைகள், ப. 209).* பாரதியின் 'சந்திரிகையின் கதை'யைப் புதுமைப்பித்தன் இங்கே சுட்டுகிறார் எனக் கொள்ள இடமுண்டு.

61. *கலைமகள்,* ஏப்ரல் 1940.

62. தி. ஜ. ர., *எப்படி எழுதினேன்,* மதுரை, 1943, ப. 7.

63. ஆர்.கே. நாராயண், *சுவாமியும் சிநேகிதர்களும்,* சென்னை, 1939, அணிந்துரை.

64. பூவை எஸ். ஆறுமுகம் (ப-ர்), *புனைபெயரும் முதல் கதையும்,* மதுரை, 1967, ப. 64.

65. ந. சிதம்பர சுப்ரமண்யன், 'என்ன படிக்கிறேன், ஏன்?', *இலக்கிய வட்டம்,* (51), மார்ச் 1963.

66. டி. கே. சி. *கணையாழியின் கனவுக்கும்* (1937), ச. வையாபுரிப் பிள்ளை *பார்த்திபன் கனவுக்கும்* (1943) அணிந்துரை வழங்கினர்.

67. பூவை எஸ். ஆறுமுகம் (ப-ர்), *புனைபெயரும் முதல் கதையும்,* ப. 54. மேலும் காண்க: சுந்தா, *பொன்னியின் புதல்வர்,* சென்னை, 1976, ப. 455.

68. கல்கி, *கணையாழியின் கனவு,* சென்னை, 1938, அணிந்துரை, ப. ix-x.

69. க. கைலாசபதி, *தமிழ் நாவல் இலக்கியம்,* சென்னை, 1987 (4ஆம் பதிப்பு), ப. 97. அழுத்தம் நூலாசிரியருடையது.

70. ஆ. இரா. வேங்கடாசலபதி (ப-ர்), *அன்னை இட்ட தீ,* நாகர்கோயில், 1998, ப. 329.

71. *பிரதாப முதலியார் சரித்திரம்*, அத்தியாயம் 42.

72. க. நா. சுப்ரமண்யம், *முதல் ஐந்து தமிழ் நாவல்கள்*, சென்னை, 1988, ப. 28 (முதல் பதிப்பு 1957).

73. க. கைலாசபதி, *தமிழ் நாவல் இலக்கியம்*, சென்னை, 1987, ப.11 - 13 (முதல் பதிப்பு 1968).

74. பெ.கோ. சுந்தரராஜன் (சிட்டி), சோ. சிவபாதசுந்தரம், *தமிழ் நாவல்*, ப. 47-48. இவ்வாறு இவர்கள் மறுத்துரைத்ததைக் கைலாசபதி பொருட்படுத்தியதாகத் தெரியவில்லை. தம் மறைவுக்கு முன்பு எழுதிய *ஈழத்து இலக்கிய முன்னோடிகள்* (சென்னை, 1986, ப. 28) நூலிலும் 'வசன காவியம்' என்ற தொடரை அவர் பயன்படுத்தியுள்ளார். மேலும், *பிரதாப முதலியார் சரித்திரம்* 1879இல்தான் வெளிவந்தது, 1876 என்பது பிழை என்று சிட்டி-சிவபாதசுந்தரம் சுட்டிய பின்பும், கைலாசபதி அந்நூலில் 1876 என்றே வழங்குகிறார் (ப. 28).

75. *தத்துவ போதினி*, 1(1), மே 1864, தலையங்கம். Essay என்ற சொல்லுக்கு ஈடாகக் 'கட்டுரை' என்பது 1930 களில் கையாளப்பட்டு, அதுவே பின்பு பொது வழக்காவதற்கு முன்னர், இருபதாம் நூற்றாண்டின் முற்பகுதியில் 'வியாசம்' என்ற சொல் பயன்படுத்தப்பட்டிருக்கிறது. (எடுத்துக்காட்டு: தி. செல்வகேசவராய முதலியாரின் *தமிழ் வியாசங்கள்*.) கட்டுரை என்ற பொருளில் 'வசன காவியம்' பயன்படுத்தப்பட்டிருந்தால் அது மிகக் குறுகிய காலம், சிறுவழக்காய் இருந்திருக்கலாம்.

76. ச. ஞானப்பிரகாசம் பிள்ளை, *வேதநாயக விற்பன்னர் சரித்திரம்*, சென்னை, 1890, ப. 6.

77. *மணிக்கொடி*, 18.11.1934; *புதுமைப்பித்தன் கட்டுரைகள்*, (ப-ர் : ஆ. இரா. வேங்கடாசலபதி), நாகர்கோயில், 2002, ப. 124-25.

2

தமிழ்ச் சமூகமும் வாசிப்பு முறைகளும்

நாவல் என்ற புதிய கலைவடிவம் தமிழ்ச் சமூகத்தில் ஊன்றி நிலைபெற்ற கதையைச் சென்ற இயலில் சற்று விரிவாகப் பார்த்தோம். பண்பாட்டு முக்கியத்துவம் வாய்ந்த இத்தகைய நிகழ்வுகள் தனியே நிகழ்வதில்லை. இவற்றின் உடனிகழ்வாக வேறு பண்பாட்டுத் தாக்கங்களும் ஏற்படு கின்றன. நடுத்தர வர்க்கத்தினரிடையே நிலைபெற்ற நாவல், தமிழ்ச் சமூகத்தின் வாசிப்பு முறைகளிலும் பெருந்தாக்கம் ஏற்படுத்தியது. இன்று பரவலாகப் பழக்கத்திற்கு வந்துவிட்ட மௌன வாசிப்பு முறை தமிழ்ச் சமூகத்திற்குப் புதியது. அச்சு ஊடகம் தமிழ்ச் சமூகத்தில் காலூன்றிய பிறகும், நடுத்தர வர்க்கத்தின் கலை வடிவமாக நாவல் உருப்பெற்றதோடும்தான் மௌன வாசிப்பு முறை தோற்றம் பெற்றது என்பது இந்நூலின் துணிபு. இதை ஆய்வின்மூலம் நிறுவுவதற்கு முன்பு இதற்கான பின்புலத்தைத் தெளிவுபடுத்திக்கொள்ள வேண்டும்.

எழுத்தறிவு வேறு. வாசிப்பு வேறு. எழுத்தறிவு என்பது கருவி. அது யாரால், எப்போது, எந்தச் சூழ்நிலையில், என்ன காரணத்திற்காகப் பயன்படுத்தப்படுகிறது என்பதைப் பொறுத்து அதன் விளைவுகள் வேறுவேறாக இருக்கும். எழுத்தறிவையும் வாசிப்பையும் ஒரு சமன்பாடாகக் கொண்டு, எழுத்தறிந்தோர் அனைவரும் ஒரே முறையில் வாசிப்பர் என்பது எளிமைப்படுத்தப்பட்ட கருத்து. இது ஏற்புடையதன்று.

எழுத்தறிவில் பல வகையும் பல மட்டங்களும் உண்டு. வாசிப்பு முறைகளிலும் பல வகையுண்டு.[1]

பத்தொன்பதாம் நூற்றாண்டின் இறுதிவரை வாசிப்பு முறையையும் வாசிப்புப் பழக்கங்களையும் அடிப்படையில் தீர்மானித்தது படிப்பதற்கேற்ற பொருள்களின் குறைவேயாகும். 1577ஆம் ஆண்டிலேயே *தம்பிரான் வணக்கம்*[2] என்ற தமிழின் முதல் அச்சு நூல் (இந்திய மொழிகளில் அச்சான முதல் நூல் என்ற பெருமையும் இதற்குண்டு) வெளிவந்துவிட்ட பின்னரும் ஏறத்தாழ இரண்டரை நூற்றாண்டுக்கு அச்சு ஊடகம் தமிழ்ச் சமூக அசைவியக்கத்தில் பிணைந்துவிட்டது என்று சொல்ல முடியாது. சுதேசிகள் அச்சுப் பொறிகளைச் சொந்தமாக்கிக் கொள்வதற்குச் சட்டபூர்வமான தடை இருந்தது; அன்றைய அரசுக்கும் கிறித்தவ சமயப் பணியாளர்களுக்கும் மட்டுமே அச்சுப் பொறிகள் உரிமையாய் இருந்தன. எனவே, பத்தொன்பதாம் நூற்றாண்டின் தொடக்கம் வரை, தமிழ் இலக்கிய உற்பத்தியில் அச்சு ஊடகத்திற்கு எந்தப் பங்கும் இருக்கவில்லை. பதினெட்டாம் நூற்றாண்டின் பேறறிஞர் எனத்தக்க சிவஞான முனிவர் அச்சு நூல் ஒன்றையேனும் கண்ணால் பார்த்திருப்பாரா என்பதில் ஐயமிருக்கலாம்; ஆனால் அவருடைய நூல் ஒன்றுகூட அவர் வாழ்நாளில் அச்சேறவில்லை என்பது ஒருதலை. 'அச்சின்வாய்த் தோற்றாமையாற்'றானே அண்மையில் எழுதப்பட்ட *இலக்கண விளக்கத்தின்* கடைசி இயல்கள் எங்குத் தேடியும் கிடைக்கவில்லை என அதன் பதிப்பாசிரியர் சி. வை. தாமோதரம் பிள்ளை நொந்துகொண்டார்.[3]

பத்தொன்பதாம் நூற்றாண்டின் இடைப்பகுதியில் காலனியாதிக்கத்தின் ஊடே ஏற்பட்ட நவீன சமூக மாற்றங்களோடு அச்சு ஊடகம் பரவலான பிறகுதான் நூல்கள் எண்ணிக்கையில் பெருகி, தமிழ் மக்களிடையே பரவலாகப் புழங்கத் தொடங்கின. இதனால்தான் *விவேக சிந்தாமணியில்* 'தமிழ் மொழி வளர்த்தல் அல்லது தமிழ்ப் பாஷையை அபிவிர்த்தி செய்யும் மார்க்கங்கள்' பற்றி 1892இல் கட்டுரை எழுதிய தி. லக்ஷ்மண பிள்ளை, '. . . தமிழ் அச்சுக்கூடங்கள் தென்னிந்தியாவில் நிலைபெறச் செய்து சற்றேறக் குறைய ஐம்பது வருஷமாகிவிட்டது. இப்போது அவைகள் மூலமாக அனேகம் கிரந்தங்கள் அந்தகாரமென்னுங் கடலிலாழ்ந்து மடியாமல் கரையேற்றப்பட்டன' என்று கூறுகிறார்.[4]

உ. வே. சாமிநாதையர் விவரிக்கும் ஒரு நிகழ்ச்சி, புத்தகம் என்ற ஒரு புதிய பொருள் தொடக்க காலத்தில் ஏற்படுத்திய வியப்பைச் சுவையோடு உணர்த்துகிறது. 1870களின் தொடக்கத்தில் ஒரு நாள், சாமிநாதையர் தம் சக மாணவர்களோடு திருவாவடுதுறை மடத்தில் கம்பராமாயணப் பாடல்கள்

சிலவற்றை அச்சிட்ட புத்தகம் கொண்டு படித்துக்கொண்டிருந்தார். உலக இயல்பு அறியாதவரும், சிவபூஜை செய்தல், ஏடு வாசித்தல் முதலானவற்றிலேயே மூழ்கியிருந்தவரும், மகாவித்துவான் மீனாட்சிசுந்தரம் பிள்ளைக்கே சில காலம் பாடம் சொன்னவருமான அம்பலவாண தேசிகர் என்ற முதிய தம்பிரான், மாணவர்கள் புத்தகம் படிப்பதைப் பார்த்து, என்ன நூல் என்று கேட்டாராம். கம்பராமாயணம் என்று கூறியதும், 'அப்படியா! இதைக்கூடப் "புக்குப்" போட்டு விட்டானா?' என்று வியப்புடன் கூறினாராம். சாமிநாதையர் உள்ளிட்ட மாணவர்களுக்கோ சிரிப்பை அடக்க முடியவில்லை. மேலும் 'புக்குப் போட்டுவிட்டானா?' என்பதில் 'அன்' (ஒருமை) விகுதி ஆங்கிலேயரையே குறிப்பிடுகிறது. 'எல்லாப் புத்தகங்களையும் வெள்ளைக்காரர்களே அச்சிற் பதிப்பவர்களென்ற எண்ணம் அவருக்கு இருந்துவந்தது' எனவும் உ.வே. சாமிநாதையர் விளக்குகிறார்.[5]

இந்தச் சுவையான நிகழ்ச்சி, பழைய தலைமுறைக்கு அச்சு நூல்கள் புதுமையாக இருந்ததையும், புதிய தலைமுறைக்கு அவை பழக்கப்பட்டு வருவதையும் ஒருங்கே காட்டுகிறது. அச்சு நூல்களை அன்றாட வாழ்க்கையின் ஒரு பகுதியாக ஏற்றுக் கொண்டுவிட்ட இளையோர், ஓலைச்சுவடிகள் வாசிப்பதோடு அச்சு நூல்களை அறியாத முந்திய தலைமுறை அறிஞர்களை நகையாடத் தொடங்கிவிட்டனர். இதனால்தான், '... தெளிவாய் அச்சிடப்பட்ட கிறீஸ்து மத புஸ்தகங்களைக் கண்டு ... சிறியோர்கள் மதிமயங்கிப் போகிறார்கள்' என்று *தத்துவ போதினி* என்ற பிரம்ம சமாஜ இதழ் குறைபட்டுக் கொண்டது.[6]

பத்தொன்பதாம் நூற்றாண்டின் பிற்பகுதிவரையும்கூட, பனையோலைகளும் அச்சு நூல்களும் ஒரே சமயத்தில் நிலவி வந்தன. பத்தொன்பதாம் நூற்றாண்டில் தமிழ் இலக்கியத்தை ஆராய்ந்த முன்னோடி ஆய்வாளரான மயிலை சீனி. வேங்கட சாமி, 'அச்சுப் புத்தகங்கள் வந்தவுடனே ஏட்டுச் சுவடிகள் மறைந்துவிடவில்லை. 19ஆம் நூற்றாண்டிலே ஏட்டுச் சுவடிகளும் அச்சுப் புத்தகங்களும் இரண்டும் இருந்தன. பின்னர் 20ஆம் நூற்றாண்டின் தொடக்கத்தில் மெல்ல மெல்ல ஏட்டுச் சுவடிகள் மறைந்து அச்சுப் புத்தகங்கள் நிலைபெற்றன' என்று கூறுகிறார்.[7]

புதிய தொழில்நுட்பம் பழமையை அழித்துவிடும் என்ற நிர்ணயவாதத்தை முறிக்கும் சரியான மாற்று மருந்து இது. மேலும், அச்சில் வந்துவிட்ட நூல்கள் சிலவற்றை, அவற்றைப் 'பாதுகாக்க' வேண்டும் (!) என்பதற்காக மீண்டும் ஏட்டுச் சுவடியில் பிரதி செய்த விந்தையும் நடந்திருக்கிறது. அத்தகைய சுவடிகள் சில இன்றும் தஞ்சை சரசுவதி மகால் நூலகத்தில் உள்ளதென அறிய முடிகின்றது.[8] (பாரதி பாடல்களின் ஓலைச்

சுவடிப் பிரதியைத் தாம் கண்டுள்ளதாக ஐராவதம் மகா தேவன் ஒரு முறை நேர்ப்பேச்சில் கூறினார்.)

இந்நிலையில் ஓலைச்சுவடிகளை வாசிக்கும் முறைக்கும், அச்சு நூல்களை வாசிக்கும் முறைக்கும் முரண்பாடு ஏற்பட்டது. ஏட்டுச் சுவடிகளைக் கற்றுத் துறைபோய அறிஞர்கள், அவற்றைப் படிக்கத் தடுமாறிய இளையோரை நகையாடினர். தம்முடைய பழந்தமிழ் நூற்பதிப்புகளை விமர்சித்த 'போலி வித்துவான்க'ளை 'ஏடு பிடித்து வாசிக்க அறியாத அச்சுப்பிரதி வித்துவான்கள்' என்று சி. வை. தாமோதரம் பிள்ளை கேலி செய்தார்.[9]

தம் ஆசிரியர் மீனாட்சிசுந்தரம் பிள்ளை 'தம் கையினால் நூல்களைக் காகிதங்களில் எழுதியதில்லை. யாருக்கேனும் கடிதம் எழுத வேண்டுமாயின் காகிதத்தில் உடன் இருப்ப வரைக் கொண்டு எழுதுவித்து இறுதியில் "தி. மீனாட்சிசுந்தரம்" என்று கையெழுத்திடுவார்... ஒருவரும் அருகில் இல்லை யானால் தாமே எழுதுவார்' என்று குறிப்பிடும் உ. வே. சாமி நாதையர், அவர் 'காகிதத்தில் எழுதும் எழுத்தின் அமைப் புக்கும் ஏட்டுச் சுவடியில் எழுதும் எழுத்தின் அமைப்புக்கும் சிறிது வேறுபாடுண்டு' என்றும் கூறுகிறார்.[10] வண்ணச்சரபம் தண்டபாணி சுவாமிகள் தாளில் எழுதியது மிக அரிது என்றும், பெரிதும் ஓலையிலேயே எழுதினார் எனவும் அறிய முடிகின்றது.[11] வள்ளலார் இராமலிங்க அடிகள், காகிதத்தில் எழுதியபோதும், ஓலைச்சுவடியில் பயன்படுத்தப்படும் எழுத்து முறையினையே கையாண்டிருக்கிறார்.[12]

ஆனால் இவர்களைப் போன்ற பழம் முறையினர் அருகியும் மறைந்தும் வந்தனர். மீனாட்சிசுந்தரம் பிள்ளையிடம் உ. வே. சாமிநாதையர் பாடம் தொடங்குகையில், திருவிடைமருதூர் உலா சுவடியைக் கொடுத்துப் படிக்கச் சொன்னபொழுது, 'எனக்கு ஏட்டுப் பிரதியைப் பார்த்துப் படிக்கும் வழக்கம் அதிகமாக இல்லாமையாற் படிக்கும்பொழுது சில சில இடங்களில் தடுமாற்றம் அடைந்து வாசித்தேன்'[13] என்னும் நிலை 1870களிலேயே ஏற்படத் தொடங்கிவிட்டது. (இத்துறை யில் உ. வே. சா. பெரும்புலமை பெற்றுப் பழம் நூல்களைப் பதிப்பித்தது பின்னாளிலேயே ஆகும்).

அச்சு நூல்கள் சரியான பாடம் எது என்பது பற்றிய முரண்பாட்டையும் தூண்டிவிட்டன; பிரதியின் அதிகாரம் பற்றி அறிய இது ஒரு சுவையான வழி. 1870களின் தொடக்கத் தில், மாணவராக இருந்தபொழுது உ. வே. சாமிநாதையர் கற்பனைக் களஞ்சியம் என்று புகழப்பட்ட துறைமங்கலம் சிவப்பிரகாச சுவாமிகளின் பாடலை வாய்விட்டுப் படித்துக் கொண்டிருந்தார். பாடம் சொல்லிக்கொண்டிருந்த மீனாட்சி சுந்தரம் பிள்ளை 'விருத்தகிரி செல்வரென்பது பாடமன்று;

திருவெங்கைச் செல்வரென்பதே பாடம்' என்று கூறினார். உ. வே. சா., தம் இளமைத் துடுக்கில் தனிப்பாடல் திரட்டின் அச்சுப் பிரதியில் உள்ள பாடத்தையே தாம் கொண்டதாகக் கூறவும், சுற்றி இருந்தவர்கள் — மகாவித்துவானை ஒரு மாணவர், அதுவும் கேவலம் ஓர் அச்சுப் பிரதியைக் கொண்டு, மறுப்பதா — எனத் திகைத்தனர்! பெருந்தன்மையும் பெரும் புலமையும் ஒருங்கேமிக்க மீனாட்சிசுந்தரம் பிள்ளை ஆர்வமிக்க தம் மாணவரின் குற்றத்தைப் பாராட்டாமல், 'அச்சிலிருப்பதால் சரியானதென்று நினைக்கக் கூடாது. பாஷையிற் பயிற்சியில்லா தவர்கள், துணிந்து எதையும் அச்சிட்டுவிடுவார்கள்' என்று அமைதி கூறி, இறுக்கமான சூழ்நிலையை நெகிழ்த்தினார்.[14]

இதே போல் ஒரு முறை பெரிய புராண அச்சுப் பதிப்பைக் கொண்டு கண்ணப்ப நாயனார் புராணத்தை மீனாட்சிசுந்தரம் பிள்ளை பாடம் நடத்திக்கொண்டிருந்தார். அப்போது இடை யில் நிறுத்தி, சில அருமையான பாடல்கள் பதிப்பிக்கப்பட வில்லை எனக் கூறி, தம் பெட்டியிலிருந்து ஓர் ஏட்டை எடுத்துவந்தார். அவர் கூறியவாறே அதில் கூடுதலாக ஐந்து செய்யுள்கள் இருக்கக் கண்டு அவர் மாணவர்கள் வியந்தனர்.[15]

மகாவித்துவான் மீனாட்சிசுந்தரம் பிள்ளையைப் போன்ற பெரும்புலவர்கள் இவ்வாறான அவதான ஆற்றலால் தம் மாணவரையும் பிறரையும் வியப்பில் ஆழ்த்தினராயினும் மரபு சார்ந்த வாசிப்பு முறை தேய்ந்து இறுவதைத் தடுக்க முடியவில்லை. மனப்பாடத்தையும் நினைவாற்றலையும் முதன்மைப்படுத்திய மரபு சார்ந்த வாசிப்பு முறையும், அது சார்ந்த வாசிப்புப் பழக்கங்களும் அச்சு ஊடகத்தின் நிலை பெறலால் வலுவிழக்கத் தொடங்கிவிட்டன. மேதைமைக்கும் எல்லை உண்டு. அச்சு ஊடகம் இதைத் துலக்கிக் காட்டியது. அச்சு நூல்கள் தோன்றுமுன், படிப்பதற்கும் பார்வையிடுவதற் கும் குறிப்பிட்ட அளவு நூல்களே இருந்தன. அவற்றைத் தேடி யெடுப்பதும் படியெடுப்பதும் தொல்லை மிகுந்ததாயிருந்தது. 'அரவின் சுடிகை அரதனத்திற்கும் ஆழிவாய் இப்பியுண் முத்திற்கும் அவை உயிரோடிருக்குங்காறும் ஆசைகொளல் வேண்டாவாறு போல' ஏட்டுச் சுவடிகள் வைத்திருக்கும் 'மஹானுடைய சீவதசையில் இவர் கைப்பட்ட புஸ்தகங்களைக் கண்ணாற் பார்க்கும் அவாவினை ஒழிக' என்ற நிலையே இருந்தது.[16] சிவதருமோத்தரம் சுவடியை வைத்திருந்தவரிட மிருந்து எவ்வாறு தந்திரமாக அதைப் பெற்று மீனாட்சிசுந்தரம் பிள்ளைக்காகப் பிரதி செய்ய வேண்டியிருந்தது என்று உ. வே. சாமிநாதையர் குறிப்பிடுகிறார்.[17]

இந்த நிலையில் அச்சு ஊடகத்தின் வரவு நூல்களின் எண்ணிக்கையைப் பெருக்கியது. பழம் புலவர்கள் கிடைக்கின்ற நூல்களையெல்லாம் பயில்வது என்பது இயலாததாகிவிட்டது.

மரபு சார்ந்த வாசிப்பு முறையின் வரையறுக்கப்பட்ட தன்மையை மீனாட்சிசுந்தரம் பிள்ளையவர்களின் வாழ்க்கை நிகழ்ச்சிகள் சில காட்டுகின்றன. தம் காலத்தின் தன்னேரிலாத ஆசிரியரான அவர், புதிதாகச் சேரவரும் மாணவரை ஏதேனும் பாடல் சொல்லுமாறு பணிப்பாராம். அதைக் கொண்டு அம்மாணவரின் தகுதிப்பாட்டை அறிந்து, அதனடிப்படையில் மாணவரைச் சேர்ப்பது அவர் வழக்கம். ஒருமுறை திருநெல் வேலி அருகிலிருந்து ஆரியங்காவற் பிள்ளை என்ற சைவ மாணவர் ஒருவர் வந்தார். பாடல் ஏதேனும் கூறுமாறு சொல்லவும் அவர் திருக்குற்றாலப் புராணப் பாடலைக் கூறினார். அப்பாடலை அதுவரை அறியாத மீனாட்சிசுந்தரம் பிள்ளை அதன்பின் அந்நூலைப் பற்றி அறிந்து அதனைத் தேடிப் பெற முயன்றார்.[18] அவ்வாறே 1867இல் புதுச்சேரிக்குச் சென்றிருந்தபொழுது பழனி மாம்பழக் கவிச்சிங்க நாவல ருடைய பாடல்களையும் பிரபந்தங்களையும் கீர்த்தனங்களை யும் சொல்லக் கேட்டு, அவற்றில் ஏற்பட்ட ஆர்வத்தால் நூலைப் பெற்றுப் படித்தார்.[19] இவ்வாறு, அச்சின்வழி வெளிப் பட்ட புதுப்புது நூல்கள் அக்காலத்தின் மரபுவழிப்பட்ட பெரும் புலவர்களின் அதிகாரத்திற்கு ஓரளவிற்குச் சவால் விட்டு வந்தன.

இவ்வாறு, அச்சு நூல்களின் எண்ணிக்கை—பாரதி குறிப் பிட்டவாறு 'படித்தற்குத் தகுதியுடைய சிலவும், இல்லாதன பலவுமாக நூற்றுக்கணக்கான புஸ்தகங்கள் "பூப்பிளக்க வெளி யில் வரும் புற்றீசல் போலப் புலபுலெனக் கலகலென" வெளி யேறி'[20] பெருகிய பிறகும் பத்தொன்பதாம் நூற்றாண்டின் இறுதிவரை தமிழர்களின் வாசிப்புப் பழக்கவழக்கங்களில் பெரிய மாற்றம் எதுவும் ஏற்பட்டதற்குச் சான்றில்லை.

அச்சு ஊடகம் காலூன்றுவதற்கு முன்பு தனிமையில் வாசிப்பு *(private reading)* என்ற வழக்கத்திற்கு வாய்ப்பிருந்த தாகச் சொல்ல முடியாது. ஓலைச்சுவடிகளின் உள்ளார்ந்த பொருண்மைத் தன்மை காரணமாகவும், அவற்றைப் பெறு வதற்கிருந்த வரையறுத்த சமூக வாய்ப்புகளினாலும், அவற்றை வாசிப்பதற்குப் பெருமுயற்சி எடுக்க வேண்டியிருந்தது. அவை சிதையாமலிருப்பதற்காகக் கவனமாகக் கையாள வேண்டிய தேவையுமிருந்தது. பெரிய சுவடிகளைப் பயன்படுத்துகையில் இராமாயணப் பலகை எனப்பட்ட சிக்குப் பலகை தேவைப் பட்டது. எழுத்துகளைத் தெளிவாக்க மஞ்சள், கரி முதலிய பொருள்கள் பூச வேண்டியிருந்தது. மிக முக்கியமாக, ஓலைச் சுவடிகளில் பயன்படுத்தப்பட்ட எழுத்துமுறையே வாசிப்பு முறையைப் பெருமளவு தீர்மானித்தது. காட்டாக, மெய்யெ ழுத்துகளுக்குப் புள்ளி இன்மையால், ஒரே எழுத்தை ஒன்றுக்கு மேற்பட்ட முறையில் வாசிக்க இடமுண்டாயிற்று. எழுத்துகள்,

சொற்கள், தொடர்கள், வாக்கியங்கள், செய்யுள்கள், பதவுரை, பொழிப்புரை, விரிவுரை, மேற்கோள் என அனைத்தும் ஒன்றுக்குப் பின் ஒன்றாய், இடைவெளியின்றி ஓலைச்சுவடிப் பிரதிகள் அமைந்திருந்தன. 'யாரினும் இனியன் பேரன்பினனே' என்பதை 'யாரினும் இனியன் போனபின்னே' என்று வாசித்த கதை பலரறிந்தது. 'பாடியவன் பாட்டைக் கெடுத்தான், எழுதியவன் ஏட்டைக் கெடுத்தான்' என்பதற்கொப்ப 'விரலை வாலென்றும், கட்டிலைக் கடாலென்றும், பஞ்ச பாண்டவரைப் பிஞ்சுப் பாகற்காயென்றும்'[21] எழுதினால் வாசிப்பவர் நிலைக்குச் சொல்ல வேண்டுமா? இந்த நிலையில், ஓலைச் சுவடியைப் படிப்பதற்குச் சிறப்புப் பயிற்சியும், இலக்கண அறிவும், நல்ல யாப்பறிவும், நிரம்பிய சொல் வளமும் இன்றியமையாதனவாயிருந்தன. ஆகவேதான், மரபு சார்ந்த தமிழ்க் கல்வி முறையில் இலக்கியப் படிப்புக்கு முன் இலக்கணம் பயிற்றுவிக்கப்பட்டது. முக்கியமாக, நிகண்டுகளை நெட்டுருச் செய்ய மாணவர்கள் கட்டாயப்படுத்தப்பட்டனர். பிள்ளைப் பெருமாள் அய்யங்கார் இயற்றிய 'அஷ்டப்பிரபந்தம்' போன்ற கஷ்டப்பிரபந்தங்களில் மாணவர்க்கு முதலில் பயிற்சியளிக்கப் பட்டது.

ஓலைச்சுவடியைப் படித்துப் பொருளுணர்வதற்கு—ஏன், செய்யுளையும் உரை முதலான பிற பகுதிகளையும் பிரித்தறி வதற்குமேகூட—வாய்விட்டுப் படித்தல் இன்றியமையாதது. மனப்பாடம் செய்தல் இதன்வழி உருவானதே. தமிழ்ச் செய்யுள் வகைகள் இதற்கேற்பவே அமைந்துள்ளன. நூற்பா யாப்பு என்பது மனனம் செய்வதற்கே உருவான வடிவம் என்றும் சொல்லலாம். இம்முறையிலான வாசிப்பு தனிமையில் செய் வதற்கு உகந்ததன்று. வாசிப்புக்கெனவே வரையறுக்கப்பட்ட களங்கள் உருவாயின. மாணவர்கள் ஆசிரிய மேற்பார்வையில் வாசித்தனர். கோயில் வளாகம், சமய மடங்கள் போன்ற இடங்கள் வாசிப்புக் களமாயின. அரங்கேற்றம் என்பது சடங்குமுறையில் ஒரு புதிய பனுவலை அறிமுகப்படுத்து வதாயிற்று. திருவிழாக்கள், பண்டிகைகள் போன்ற காலங்களில் நிகழ்த்தப்பட்ட சமயப் பொழிவுகள் சம்பிரதாயமான வாசிப் புக்கு வழிசெய்தன. இது போன்ற சூழலில் 'கையேடு வாசித்தல்' என்ற வழக்காறு நிலவியது. பிரசங்கம் செய்பவர் புராணங் களை விரித்துரைக்கையில் உடனிருப்பவர் ஏட்டைப் பார்த்து, செய்யுள்களை முதலில் வாசிப்பது வழக்கம்.[22] இதனை அடி யொற்றியே பிரசங்கம் அமையும். வள்ளலார் இராமலிங்க அடிகள் தம் தமையனாருக்குக் கையேடு வாசித்திருக்கிறார். திரு. வி. உலகநாத முதலியார் சமயப் பிரசங்கம் ஆற்றுகையில் கையேடு படிப்போர் வராத நாள்களில் அப்பணியை அவர் தம்பி திரு. வி. கலியாணசுந்தர முதலியார் ஆற்றியிருக்கிறார்.[23]

இத்தகைய மரபு சார்ந்த வாசிப்பு முறை வாய்விட்டுப் படித்தலின் அடிப்படையில் அமைந்திருந்தது தெளிவு. கேட்டுப் பெறும் அறிவு என்பதைச் சுட்டும் 'கேள்வி', 'கேள்வி ஞானம்' என்ற சொற்றொடர்களும், 'கல்விகேள்வி' என்ற உம்மைத் தொகை/ஒரு பொருட் பன்மொழியும், நவீன காலத்திற்கு முந்திய வாசிப்பு முறைகள் வாய்விட்டுப் படித்தலையும், செவிவழிக் கேட்டலையும் அடிப்படையாகக் கொண்டிருந்தன என்பதைக் காட்டுகின்றன.

இந்த வாசிப்பு முறை பனுவலைப் புரிந்துகொள்வதற்கு, பொருள் கொள்வதற்கு, 'வாசிப்ப'தற்கு ஒரெல்லை வகுத்தது. ஆசிரியர்கள், குருநாதர்கள், பிரசங்கிகள் மற்றும் நிகண்டு, உரை போன்ற புலமைக் கருவிகள் வழியேதான் பனுவலை அணுக வேண்டியிருந்தது.

எழுத்தறியத் தீரும் இழிதகைமை; தீர்ந்தான்
மொழித்திறத்தின் முட்டறுப்பான் ஆகும்—மொழித்திறத்தின்
முட்டறுத்த நல்லோன் முதனூற் பொருளுணர்ந்து
கட்டறுத்து வீடு பெறும்

என்ற பழம்பாட்டு இந்த வாசிப்பு முறையின் தன்மையையும், வழியையும், விளைவையும் சொல்கிறது.

அச்சு நூல்களின் பெருக்கமும், ஒப்பீட்டளவில் மலிவான விலையும் வாசித்தலை எளிதாக்கி, மேற்கண்ட மரபுசார்ந்த வாசிப்பு முறைக்குப் பெரும் அறைகூவலாக அமைந்தன. ஒரு குறிப்பிட்ட பனுவலை, ஒரே சீரான முறையில் பல பிரதிகளாகக் கிடைக்க வழி செய்யும் புரட்சிகரமான வினைப்பாட்டை அச்சுப் பொறி கொண்டிருந்தது. அச்சு நூலை ஒருவர் கைக்கு அடக்கமாய் எளிதில் கையாள முடியும் என்பது தனிமை வாசிப்பைச் சாத்தியப்படுத்திய முதல் படி. இது மட்டுமல்லாமல், அச்சாக்கத்தின் வழியாகப் பனுவல் பெரும் மாற்றத்திற்கு உள்ளாகியது. ஏட்டிலிருந்து அச்சிற்குப் பெயர்த்தெழுதுவது என்பதே ஒரு பெரிய பொருள்கொள்ளலாகும். எத்தனையோ முறைகளில் எழுத்தை வாசிக்கச் சாத்தியமிருக்க, ஒரு குறிப்பிட்ட (நேர்) வாசிப்பே அச்சில் அமைந்தது. நல்லதற்கோ, கெட்டதற்கோ அச்சாக்கம் என்பது ஏட்டுப் பிரதியின் பனுவலை ஒரு குறிப்பிட்ட முறையில் வாசித்து, அந்த வாசிப்பையே பெருமளவு நிலைபெறச் செய்துவிட்டது. (இங்கு பொருள்சார்ந்த வாசிப்பு அல்லாமல் எழுத்து வாசிப்பே *(orthography)* சுட்டப்படுகின்றது.) அதனால்தான், சிலப்பதிகாரம் அச்சாவதை அறிந்த ஈழத்துப் பெருந்தமிழறிஞர் தி. த. கனகசுந்தரம் பிள்ளை, உ. வே. சாமிநாதையருக்குப் பின்வருமாறு கடிதம் எழுதினார் :

> சிலப்பதிகாரம் கும்பகோணத்திலேயே அச்சிடுவதாகக் கேள்விப்படுகிறேன்.... ஏட்டுப் பிரதிகளை வைத்துக் கொண்டு அழாதபடி சிலப்பதிகாரத்தையும் அச்சிட்ட புத்தகத்தில் இத்தனை நாளையில் கண்ணாரக் காணலா மென்பது எவ்வளவு உளமகிழ்ச்சிக்கிடமாகாது. அச்சின் உபயோகத்தை எவ்வளவென்று சொல்வது.[24]

'தமிழ் வசனநடை கைவந்த வல்லாளராகிய ஸ்ரீலஸ்ரீ ஆறுமுக நாவலரவர்களானே' 'பொருட்டெளிவும் விரைவுணர்ச்சியும்' தரத்தக்க நிறுத்தற் குறிகள் முதலில் மேற்கொள்ளப்பட்டன என்பார் பரிதிமாற் கலைஞர்.[25] நிறுத்தற் குறிகள் பனுவலை மௌனமாக வாசிக்க வழிசெய்தன. ஓலைச் சுவடியில் இது ஏறத்தாழச் சாத்தியமில்லை. *வாசகக் குறிகள்* என்ற அக்கால நூல் குறிப்பிட்டது போல்,

> எப்பாஷையிலும் இலக்கண இலக்கியங்களுக்கு நிறுத்தல் குறிகள் உண்டு. அவை வாக்கியங்களும், கவிகளும் விளங்கு அர்த்தமாவதற்கு இடும் அடையாளங்க ளாம்...அந்தக் குறிகளை நன்றாயறிந்து தக்க சமையத்தில் உபயோகித்தால் மட்டும் வாசகங்களும், கவிகளும் தெள்ளத் தெளிய அர்த்தமாவதற்கு அழகாயு மிருக்கும்... இவைகளைப் பற்றிய விதிகள் ஏதும் தமிழ் இலக்கணத்திலாவது, நன்னூல் — தொன்னூல் — தொல காப்பியத்திலாவது இருப்பதாகக் காணாததினால், அவை இன்னின்னவையென்றும், அவைகள் உபயோ கிக்கத்தக்க இடங்கள் இன்னவையென்றும் உதாரணத் தோடு சொல்ல வேண்டியது அவசியந்தான்.[26]

அச்சமைப்பின் மூலமாகவே பா வடிவங்களை அடையாளங் காணக்கூடிய நிலை விரைவில் ஏற்பட்டுவிட்டது. அடி பிரித்தும் சீர் பிரித்தும் அச்சிடுவதால் பார்வையாலேயே யாப்பு வடி வத்தை அடையாளம் கண்டுவிட இயல்கிறது. நாற்சீருள்ள மூன்றடிகளும், முச்சீருள்ள ஈற்றடியும் வெண்பா எனக் காட்சிப் படுத்துகின்றன. இரண்டாம் அடியில் சிறு கோடிட்டுப் பின் தனிச்சீரைக் காட்டும்போது நேரிசை வெண்பா என்று சொல்லாமலே விளங்கும். விருத்த யாப்பைப் பெருமளவில் கையாண்ட பாரதிதாசன், ஒவ்வொரு அடியையும் இரண்டாக முறித்து மோனை நயம் புலப்பட அச்சிட்டுப் பெரும் புதுமை செய்தார்.

அச்சு நூல்களின் கைக்கு அடக்கமான தன்மை தனியொரு வாசகர் ஒற்றையில் வாசிக்க ஏற்றதாயிருக்க, அச்சாக்கத்தினால் கட்புல அளவிலேயே மாற்றமுற்ற பனுவலை வாய்விட்டுப் படிக்காமலேயே, மௌனமாக வாசிக்க இயன்றது. இவ்வாறு,

பத்தொன்பதாம் நூற்றாண்டின் இறுதியிலேயே, பனுவலகள்—அச்சு வாகனமேறியதன் விளைவாக—மௌன வாசிப்புக்குத் தயாராகிவிட்டன. இத்தகைய நுகர்வுக்கு ஏற்றதோர் இலக்கிய வடிவமும், அதனை நுகர்வதற்குரிய மனச் சமைவும் தயாரிப்பும் கால அவகாசமும் உடைய ஒரு வர்க்கமுமே தேவைப்பட்டன. நாவலின் வளர்ச்சியும், நடுத்தர வர்க்கத்தின் எழுச்சியும் தமிழ்ச் சமூகத்தில் மௌன வாசிப்பின் முகிழ்ப்புக்கு வழிசெய்தன.

சான்றுக் குறிப்புகள்

1. Keith Thomas, 'The Meaning of Literacy in Early Modern England' in G.Bauman (ed.), *The Written Word: Literacy in Transition*, Oxford, 1986, p.97.
2. இந்நூலைத் தமிழ்நாடன் அண்மையில் மறுபதிப்பு செய்துள்ளார் : *தமிழின் முதல் அச்சு நூல்*, சேலம், *1995.*
3. சி. வை. தாமோதரம் பிள்ளை (ப - ர்), *இலக்கண விளக்கம்*, பதிப்புரை *(1889 - 90)*; மறுபதிப்பு : *தாமோதரம்*, யாழ்ப்பாணம், *1970*, ப. *77-8.*
4. *விவேக சிந்தாமணி 1(4)*, ஆகஸ்டு *1892.*
5. உ. வே. சாமிநாதையர், *ஸ்ரீ மீனாட்சிசுந்தரம் பிள்ளையவர்களின் சரித்திரம், II*, *1940*, ப. *218.*
6. *தத்துவ போதினி 1(1)*, மே *1864*, தலையங்கம். அழுத்தம் நூலாசிரியருடையது.
7. மயிலை சீனி. வேங்கடசாமி, *பத்தொன்பதாம் நூற்றாண்டில் தமிழ் இலக்கியம்*, சென்னை, *1962*, ப. *94*, *109.*
8. தஞ்சை சரசுவதி மகால் நூலகத்தில் பத்தாண்டுக் காலம் பணியாற்றிய முனைவர் ய. மணிகண்டன் இத்தகவலை எனக்குத் தெரிவித்தார்.
9. *தொல்காப்பியம்—பொருளதிகாரம்—நச்சினார்க்கினியர் உரை* *(1885)*, பதிப்புரை; மறுபதிப்பு : *தாமோதரம்*, ப. *126.*
10. *ஸ்ரீ மீனாட்சிசுந்தரம் பிள்ளையவர்களின் சரித்திரம், II*, ப. *277.*
11. இச்செய்தியை எனக்குக் கூறியவர், தண்டபாணி சுவாமிகளின் *ஞாயிறு ஆயிரம்* முதலான நூல்களைப் பதிப்பித்த புலவர் த. கோவேந்தன்.
12. காண்க : *அருட்பெருஞ்சோதி அகவல்*, வடலூர், *1970* : ஊரன் அடிகளின் பதிப்பு. இந்நூல் வள்ளலாரின் கையெ

முத்து ஒரு புறமும், அச்சு வடிவம் எதிர்ப்புறமாகவும் அமைந்துள்ளது.

13. *ஸ்ரீ மீனாட்சிசுந்தரம் பிள்ளையவர்களின் சரித்திரம்,* II, ப. 60.
14. *மேலது,* II, ப. 92-3.
15. உ.வே.சாமிநாதையர், *என் சரித்திரம்,* சென்னை, 1990, ப. 205 (இந்தத் தன் வரலாறு, ஆனந்த விகடனில் 1940-42இல் தொடராக வெளிவந்தது).
16. சி. வை. தாமோதரம் பிள்ளை (ப - ர்), *கலித்தொகை* (1887), பதிப்புரை; மறுபதிப்பு : *தாமோதரம்,* ப. 65.
17. *ஸ்ரீ மீனாட்சிசுந்தரம் பிள்ளையவர்களின் சரித்திரம்,* I, ப. 108-115.
18. *மேலது,* I, ப. 154.
19. *மேலது,* I, ப. 299.
20. *இந்தியா,* 22.12.1906; மறுபதிப்பு : *பாரதி தரிசனம்* I, சென்னை, 1975, ப. 447.
21. சி. வை. தாமோதரம் பிள்ளை (ப - ர்), *வீரசோழியம்* (1895), பதிப்புரை ; மறுபதிப்பு : *தாமோதரம்,* ப. 26.
22. *திரு.வி.க. வாழ்க்கைக் குறிப்புக்கள்,* சென்னை, 1982 (முதற் பதிப்பு 1944), ப. 765.
23. *மேலது,* ப. 765.
24. உ. வே. சாமிநாதையருக்குத் தி. த. கனகசுந்தரம் பிள்ளை கடிதம், 3.6.1890 (உ. வே. சாமிநாதையர் நூல் நிலையம், சென்னை).
25. வி. கோ. சூரியநாராயண சாஸ்திரி, *தமிழ் மொழியின் வரலாறு,* சென்னை, 1903, ப. 124-25.
26. *வாசகக் குறிகள்,* சென்னை, 1908 (2ஆம் பதிப்பு), நூன் முகம்.

3

மௌன வாசிப்பின் தோற்றமும் எழுச்சியும்

இருபதாம் நூற்றாண்டின் முற்பகுதியில், இரண்டு உலகப் போர்களுக்கு இடைப்பட்ட காலத்தில், நாவல் தமிழ்ச் சமூகத் தில் நுழைந்து, ஊன்றி, நிலைபெற்ற வரலாற்றை முதல் இயலில் கண்டோம். இப்புதிய கலை வடிவம் நடுத்தர வர்க்கத்தின் முகாமையான பண்பாட்டு வடிவமாகவும் விளங்கியது. இவ் வர்க்கத்தைச் சேர்ந்தோர், முக்கியமாக அதன் இளைஞர்கள், மேற்கத்திய நவீன முறைக் கல்விக்கூடங்களில் பயின்றிருந்தனர். அச்சு நூல்கள் இவர்களுக்குப் புதியனவல்ல. பாடநூல்கள் வாயிலாக ஓரளவுக்கேனும் அவர்கள் அச்சு நூல்களுக்குப் பழக்கப்பட்டிருந்தனர். கல்வித் தொடர்பில்லாத சில்லறைத் துண்டுக் காகிதங்களின்வழியேதாம் அவர்களில் பலருக்குப் படிப்பார்வம் ஏற்பட்டது. ஸ்பெஷல் நாடகம் போன்ற மேடை நிகழ்த்து கலைகளுக்கான விளம்பரத் தாள்களே அவர்களுக்கு முதலில் படிக்கக் கிடைத்த கல்வித் தொடர்பில்லாத வெளியீடு களாக இருக்கக்கூடும்.

சிறுவயதில் இந்த வெளியீடுகள் ஏற்படுத்திய மனக்கிளர்ச் சியைக் கோவை அ. அய்யாமுத்து பின்வருமாறு நினைவு கூர்கிறார்:

கட்டை வண்டியொன்றில் பாண்டு வாத்தியம் முழங் கும். அதைப் பின்தொடர்ந்து குதிரை வண்டியொன்றில்

நாடக நோட்டீசுகள் கொடுத்துக்கொண்டு போவார்கள். என் போன்ற சிறு பையன்கள் குதிரை வண்டியைப் பிடித்துக்கொண்டு எவ்வளவு தூரம் ஓடினாலும் நோட்டீசு கொடுக்க மாட்டார்கள். பெரியவர்களுக்குத்தான் கொடுப்பார்கள். டிராமா நோட்டீசுகள் படிப்பதற்கு வெகு ஜோராய் இருக்கும்.[1]

இதே அனுபவத்தைப் பாரதிதாசனும் பதிவு செய்துள்ளார் : 'ஒரு நாள் வீதியில் கொட்டு முழக்கோடு நோட்டீஸ் கொடுத்துக் கொண்டு போனார்கள். நோட்டீசை வாங்கிப் பார்த்தேன். ஒரே ஆச்சரியம்! நோட்டீசின் தலைப்பில் ஒரு பெட்டி; அப் பெட்டியிலிருந்து மேல்நோக்கி வாய் விரிந்துள்ள ஒரு புனல்; அந்தப் புனலண்டை உட்கார்ந்து கவனித்திருக்கும் ஒரு நாய்...'[2]

நாமக்கல் கவிஞர் ராமலிங்கம் பிள்ளையும் இதுபோன்ற ஓர் அனுபவத்தைப் பதிவு செய்துள்ளார்.

> அந்தக் காலத்தில் அச்சிட்ட விளம்பரங்கள் அரிது ... சேலத்தில் ஒரே ஒரு தமிழ் அச்சுக்கூடந்தான் அப்போது இருந்தது. ஒரு கையகலக் காகிதத்தில் அச்சடித்த நோட்டீசுகள் வரும். பின்னும் விசேஷ நாடகங்கள் நடக்கிற நாள்களில்தான் அச்சு நோட்டீஸ்.

இப்படியிருக்கையில் ஒரு நாள் சிந்தாமணி ஆசாரியார் கம்பெனியின் 'கமல இந்திர சபா' நாடகத்திற்கான அச்சு விளம்பரம் நாமக்கல் கவிஞரின் கைக்குக் கிடைத்தது. அதில் 'கமலமும் அதன் மத்தியில் ஒரு யானை மேல் இந்திரனு'மான படம் அவர் கவனத்தைக் கவர்ந்தது. ஓவிய ஆர்வமும் திறமும் உடைய அவர் வகுப்பறையில் அமர்ந்துகொண்டு, பாடத்தைக் கூடப் பொருட்படுத்தாமல் வரையத் தொடங்கிவிட்டார்.[3]

1910 முதல் பல்கிப் பெருகத் தொடங்கிவிட்ட நாவலைப் படிக்கலான தலைமுறையைச் சேர்ந்தவர்கள் இவர்கள். வேகமும் விறுவிறுப்பும் மர்மமும் கிளுகிளுப்பும் கூடிய இந்நாவல்களை நடுத்தர வர்க்க இளையோர் பெருமளவில் வாசிக்கத் தொடங்கிவிட்டனர். 1920களின் தொடக்கத்தில் ஏராளமான நாவல்கள் வாசித்ததைப் பற்றிக் க. நா. சுப்ரமண்யம்,

> மேலக்காவேரியில் தாத்தா வீட்டில் இருந்த இரண்டு வருஷங்களில் (1921—23) நான் சுமார் முந்நூறு நானூறு தமிழ் நாவல்களாவது படித்திருப்பேன் என்று இப்போது எண்ணிப் பார்க்கும்போது தோன்றுகிறது. அத்தனை நாவல்கள் அந்தக் காலத்தில் இருந்தனவா என்று கேட்டால் இருந்த மாதிரிதான் இருக்கிறது என்று சொல்லுவேன்.[4]

என்று பின்னாளில் நினைவுகூர்ந்திருக்கிறார். இவ்வாறு அக்கால வாசகர்கள் நாவல் பெருக்கத்தை உணர்ந்ததோடு அவற்றை

யெல்லாம் படித்துவிட வேண்டுமென்ற பேரார்வமும் கொண்டிருந்தனர்.

இந்த நாவல்களின் உள்ளடக்கத்தின் காரணமாகப் பெற்றோர்கள் தம் குழந்தைகள் நாவல் படிப்பதை எந்த அளவுக்குக் கட்டுப்படுத்தினார்கள் என்பதை முன்னரே கண்டோம். இதனால் இளம் வாசகர்கள் நாவல்களைக் கமுக்கமாகவே படிக்க வேண்டி இருந்தது. இந்த நிலையில், 'பச்சையும் சிவப்பும் நீலமுமான அட்டைகளுடன் பார்க்கக் கண்ணைக் கவர்ந்த'[5] புத்தகங்கள் கையில் இருப்பதே பெரும் அனுபவமாக இருந்தது. இத்தகைய நாவல்கள் கையில் கிடைத்தவுடன், பெற்றோர் கைக்குச் சிக்காமல், விரைவில் படித்து முடிக்க வேண்டிய தேவை இருந்தது. யாருக்கும் தெரியாமல், தனியே, வாய்விட்டு அல்லாமல், விரைவில் படிக்க வேண்டிய கட்டாயம் மௌன வாசிப்புக்குப் புறத் தூண்டுதலாய் அமைந்தது.

> சென்னை பட்டணத்திலிருந்து எங்கள் கிராமத்துக்கு வந்த ஒருவர், *இராஜாம்பாள்* என்னும் துப்பறியும் நாவலைக் கொண்டு வந்தார். அவர் அதைப் படித்து முடிக்கும்வரையில் பக்கத்திலேயே காத்திருந்து அவரிடமிருந்து அப்புத்தகத்தை வாங்கிக் கொண்டேன். அன்றிரவு, புகைந்துகொண்டிருந்த சிம்னி விளக்கின் வெளிச்சத்தில் புத்தகத்தை ஒரே மூச்சாகப் படித்து முடித்து இரவு சுமார் மூன்று மணிக்குத் தூங்கச் சென்றது இன்றும் எனக்கு ஞாபகம் இருக்கிறது.

என்று பின்னாளில் நினைவுகூர்ந்தார் கல்கி.[6] ஆர். கே. நாராயணின் முதல் நாவலான *சுவாமியும் சிநேகிதர்களும்* நூலின் மொழிபெயர்ப்புக்கு எழுதிய அணிந்துரையிலும் இதையொத்த அனுபவத்தை அவர் பதிவு செய்திருக்கிறார்.

> கதைப் புஸ்தகம் என்று எது கிடைத்தாலும் சரி, ஒரே மூச்சில் அதைப் படிக்காமல் விடுவதில்லை. *விக்ரமாதித்யன் கதை* முதல் *கமலாம்பாள் சரித்திரம்* வரையில் தமிழில் வெளியாகியிருந்த கதைப் புஸ்தகங்கள் பலவற்றை, பெரும்பாலும் இரவல் வாங்கியே, படித்துவிட்டேன். பண்டித நடேச சாஸ்திரிகளின் *திக்கற்ற இரு குழந்தைகள்* என்னும் புஸ்தகத்தை, ஒரு நாள் மத்தியானம் சாப்பிடாமல் படித்து முடித்தது எனக்கு ஞாபகமிருக்கிறது. ஸ்ரீ ரெங்கராஜுவின் *இராஜாம்பாள்* என்னும் துப்பறியும் நாவலை மண்ணெண்ணெய் விளக்கில் இராத்திரி ஒரு மணி வரையில் படித்துக் கொண்டிருந்ததும் நினைவுக்கு வருகிறது.[7]

'பசி, தாகம், தூக்கம் எல்லாவற்றையும் மறந்துவிட்டு, எடுத்த புஸ்தகத்தை முடிக்கும்வரையில் கீழே வைக்காமல்' சிறுவயதில் படித்த புத்தகம் *இராஜாம்பாள்* என்று நினைவுகூரும் க.நா.சு.

வும், அதன் கதை மறந்துவிட்டாலும், தன் உறவினர் வீட்டி லிருந்த 'பதினாறு வயதுப் பையன் அதை மறைத்து வைத்துக் கொண்டு திருட்டுத்தனமாகப் படித்ததும், அவன் படித்து முடிக்கும்வரையில் காத்துக்கொண்டிருந்து, நான் அந்த நாவலை வாங்கிப் படித்ததும் எனக்கு நன்றாக ஞாபகம் இருக்கிறது' என்று கூறுகிறார்.[8]

இவ்வாறு மௌன வாசிப்பில் ஆழ்ந்துவிடுவதும் நாவல் களில் சித்தரிக்கப்பட்ட நடப்பியல் சார்ந்த உலகின் கதைமாந் தர்களோடும் நிகழ்ச்சிகளோடும் இரண்டறக் கலந்துவிடுவதும் சாத்தியமாயிற்று. இதனால் விளைந்த வியப்புணர்வைக் கல்கி பின்வருமாறு வெளிப்படுத்துகிறார்.

> பாரிஸ்டர் கொக்கு துரை என்ற பெயரைப் படித்த போது என்ன சிரிப்பு வந்தது? வக்கீல் துரைசாமி அய்யங்கார் கொக்கு துரையை மண்டையில் அடித்துப் பேசியபோதெல்லாம் எவ்வளவு பெருமையாக இருந் தது? இராஜாம்பாள் கொலையுண்ட செய்தி எவ்வளவு திடுக்கிடச் செய்தது? கடைசியில் அவளைக் கோவிந் தன் உயிரோடு கொண்டுவந்து சேர்த்ததும் என்ன ஆச்சரியம்! என்ன சந்தோஷம்! அந்தச் சமயத்தில் ஒரு தேர்தல் நடந்து, துப்பறியும் கோவிந்தனும் லோக மான்ய திலகரும் அந்தத் தேர்தலில் போட்டியிட்டார் களானால், துப்பறியும் கோவிந்தனுக்கே என் வோட்டைக் கொடுத்திருப்பேன்.[9]

இதையொத்த ஒன்றிப்பைக் கி. சாவித்திரி அம்மாளும் அனு பவித்திருக்கிறார். சிறு பெண்ணாக அவர் படித்த நடேச சாஸ்திரியின் *திக்கற்ற இரு குழந்தைகள்* ராதா, அலமு ஆகியோரோடு தன்னை இனங்கண்டு அவர்களிருவரும் அனுபவித்த அனைத்து சாகசங்களையும் துன்பங்களையும் அவரும் அடைந்தாராம். அவ்வாறே, *பத்மாவதி சரித்திரத்தைப்* படித்தபோது, கதை நிகழும் இடங்களில் ஒன்றான திருவல்லிக் கேணிக்குச் சென்று பத்மாவதியையும் நாராயணனையும் நேரில் காண விரும்பினாராம்.[10]

நாவல்கள் கட்டமைத்த உலகை மெய்யென நம்பும் வாசகர் களின் தோற்றம், நூலுக்கும் வாசகருக்கும் இடையேயான ஒரு புதுவகையான உறவு, தோற்றம் பெற்றதைச் சுட்டுகிறது. இத்தகைய உறவு தமிழ்ச் சமூகத்தில் இக்காலப் பகுதியில்தான் முதலில் உருவாகியது என்று துணியலாம். இந்நாவல்களில் உலவிய கதைமாந்தர்கள், வாசகர்கள் தங்கள் அன்றாட வாழ்க்கையில் எதிர்கொண்ட இரத்தமும் சதையுமான மனிதர் களோடு ஒத்து இருந்தனர். இந்த மெய்ம்மையைச் சித்தரித்த நாவல், இந்நடுத்தர வர்க்கத்தின் முக்கியமான கலைவடிவமாக ஆனது எதிர்பார்க்கக் கூடியதே.

பெருமளவில் வீட்டோடு அடைந்து கிடந்த குமுதினி, பல்வேறு காரணங்களால் சிறியதான தனது உலகில் ஓர் அற்புதமாகத் தோன்றிய புத்தகங்களின் மூலம் தன் வாழ்க்கையின் இன்பங்கள் பாதிக்கு மேல் கிடைத்ததாகக் கூறுகிறார்.[11] மௌனமாகத் தனிமையில் வாசித்த நூல்கள் வாசகர்களுடைய மன உலகை விரிவாக்கியதுடன் யதார்த்த வாழ்க்கை பற்றிய அனுபவத்தையும் பெருக்கியது. வடுவூர் துரைசாமி அய்யங்கார், '. . . *adolescent* என்று சொல்கிற வயது வந்துகொண்டிருப்பவரின் மனோதர்மத்தைத் தூண்டிக் கனல் மூட்டுகிற வகையில் எழுதியிருக்கிறார். நேரடியாக ஒன்றும் சொல்லாவிட்டாலும் அந்த விதமான (*suggestion*) கற்பனை தூண்டுதல்கள் நிறைந்த பகுதிகள். . .' அவருடைய *மேனகா*வில் உண்டு என்றும் க.நா.சு. கூறுகிறார்.[12] வடுவூராரின் *பன்னியூர் படாடோபசர்மா அல்லது மயனுலக மத மயக்கம்* நாவலை *அமிர்தகுண போதினி* (13.2.1933), ' . . . காம விகார லீலைகளைக் குயில்மொழியாள் காணுவதும் பச்சை பச்சையாய் விஸ்தாரமாயுள்ளது. 132-ம் பக்கத்திலுள்ள டான்ஸூம், சிற்றின்ப சிவராத்திரியும் காமத்தைக் கிளப்பிவிடக் கூடிய தாது புஷ்டி லேகியந்தான் . . . . காம வசனங்களாலேயே இந்நூல் முற்றிலும் ஆக்கப்பட்டுள்ளது' என்று மதிப்புரைத்தது. கல்கி, சிறிது கவனக்குறைவாக எழுதியிருக்கும் பத்தி ஒன்று இதன் தொடர்பில் ஓர் ஒப்புதல் வாக்குமூலம் போல் அமைந்திருக்கிறது.[13]

> சமீப காலத்தில் வெளியாகியிருக்கும் தமிழ் நாவல்கள் இரண்டொன்றை நான் படிக்க நேர்ந்தது. அப்பப்பா! அவைகளின் பயங்கரத்தை வர்ணிக்க முடியாது. கொஞ்ச தூரம் படிப்பதற்குள் சாக்கடையில் விழுந்து புரள்வது போன்ற உணர்ச்சி உண்டாயிற்று. ஆனால் சாக்கடையில் புரண்டால்கூடப் பாதகம் இல்லை. ஸ்நானம் செய்து சோப்புத் தேய்த்துக் குளித்துச் சுத்தமாகலாமே? உள்ளத்தை அசுத்தப்படுத்தும் அழுக்கு அவ்வளவு சுலபத்தில் போவதில்லை. நாலு நாள் இரவு தூங்கி எழுந்த பிறகுதான் மனம் மீண்டும் பரிசுத்தமானது போல் தோன்றியது.

ஒரு காந்தியவாதியின் நிலையே இதுவென்றால் சாதாரணமான இளம் வாசகர்களைப் பற்றிச் சொல்லவும் வேண்டுமா? குற்ற உணர்வின்றி அவர்கள் கற்பனைக் குதிரையைத் தட்டிவிட்டு மகிழ்ந்திருப்பார்கள் என்றே சொல்லலாம். மௌன வாசிப்பின் விளைவுகளில் இதுவும் ஒன்று. 'இந்த மாதிரிப் புத்தகம் தினம் ஒன்று மட்டும் என்னிடம் கொடுத்துவிட்டால் வாழ்க்கையில் எனக்கு வேறொன்றும் வேண்டாம். ராபின்ஸன் க்ருஸோவைப் போல் தனியாக ஒரு தீவில் கொண்டுபோய் விட்டுவிட்டால் ரொம்ப சந்தோஷமாக இருப்பேன்[14] என்ற

விருப்பம் தனிமை வாசிப்பை ஓர் உயரிய இன்பமாக முன் வைப்பதைப் பார்க்கிறோம்.

இவ்வாறு, தமிழ்ப் பண்பாட்டுலகில் நாவல் என்ற புதிய கலைவடிவத்தின் நுழைவும் நிலைபேறும், மௌன வாசிப்பின் தோற்றத்திற்கும் தனித்த வளர்ச்சிக்கும் இன்றியமையாத பின்புலமாகவும் காரணியாகவும் அமைந்தன. பழைய மற்றும் இளைய தலைமுறைகளின் வாசிப்புப் பழக்கங்களை ஒப்பிடு கையில் மௌன வாசிப்பு முறை என்பது தனியானதொரு வாசிப்பு முறையாக உருப்பெற்றுவிட்டதையும் காணலாம்.

தன் பாட்டிக்குப் பாகவதத்தை வாய்விட்டுப் படித்துக் காட்டிய க.நா.சு., அதன் பின்பு தனியே சென்று நாவல்களை மௌனமாக வாசித்திருக்கிறார்.[15] பம்மல் சம்பந்த முதலியாரும் வயதான தம் தாயாருக்குச் சமய நூல்களை வாய்விட்டு வாசித்துக் காட்டியிருக்கிறார்.[16] இந்திரா பார்த்தசாரதி, சுஜாதா ஆகியோரின் பாட்டிமார் கதை இதைவிடச் சுவையானது. ஆரணி குப்புசாமி முதலியார், வடுவூர் துரைசாமி அய்யங்கார், வை. மு. கோதைநாயகி அம்மாள் ஆகியோருடைய நாவல் களைத் தம் பேரன்மார் வாய்விட்டுப் படிக்க, அதைக் கேட்டு வாசித்திருக்கிறார்கள் இவர்கள். வாய்விட்டு வாசிக்கும் மரபு சார்ந்த வாசிப்பு முறையும், மௌன வாசிப்பு முறையும் இரு வேறு தலைமுறைகளுக்கிடையில் எதிரும் புதிருமாகவும், ஒத்திசைந்தும் இயங்குவதைக் காண முடிகின்றது. மேலும், இதில் ஒரு சுவையான முறைமீறலும் அமைந்துள்ளது. பாட்டி மார் கதை சொல்ல, பேரக் குழந்தைகள் உம் கொட்டிக் கதை கேட்டது அந்தக் காலம். அச்சு வாகனம் ஏறிவந்த நாவலையோ பேரர்கள் படித்துக் காட்டப் பாட்டிமார் கேட்கலாயினர். நாவல் என்ற வடிவமே வாசிப்பு முறையைத் தீர்மானித்து விடுவதில்லை என்பதையும் இது சுட்டுகிறது.

மௌன வாசிப்போடு இணைந்ததொரு வழக்கம் ஓய்வு நேரத்தில் படிப்பது என்பதும். பி.ஏ. பட்டம் பெற்ற கல்கியின் *தியாக பூமி* கதைத் தலைவன் என். ஆர். ஸ்ரீதரன், சென்னை தம்பு செட்டி தெருவில் ஓர் ஓட்டல் மாடி அறையில் படுத்த படி தன் வருங்கால மனைவி பற்றிய நினைப்போடே சார்லஸ் கார்விஸ் நாவலைப் படித்துக்கொண்டிருக்கிறான்.[18] படிப்பதற் கேற்ற காலமாக மழைக்காலத்தைக் கூறுகிறார் குமுதினி. காரணம்? எங்கேயும் வெளியே போக முடியாது. யாரும் வரவும் மாட்டார்கள். வீட்டு வேலையும் குறைவு. எனவே நாள் முழுவதும் புத்தகங்களோடு இருக்கலாமாம்.[19]

இவ்வாறு தனிமை, ஓய்வு நேரம், வாசிப்பு ஆகியவற்றுக் கிடையே ஓர் இயைபு உருவாகியது. நடுத்தர வர்க்கத்தினர், அதிலும் முக்கியமாக அவ்வர்க்கத்து ஆடவருக்கே இது எளிதில் வாய்த்தது. வரையறுத்த கால அளவுக்கான வேலை,

வாரத்தில் ஒரு நாள் விடுமுறை என்ற கடிகாரமும் நாட்காட்டியும் நெறிப்படுத்திய வேலையை உடையோருக்கே இத்தகைய வாசிப்பு பெரிதும் சாத்தியம். நடுத்தர வர்க்கப் பெண்களுக்கு இது பெருமளவுக்குக் கட்டுப்படுத்தப்பட்டிருந்தது. ஒரு பேராசிரியருக்கு வாழ்க்கைப்பட்டு, பள்ளி செல்லும் இரண்டு குழந்தைகள் உடைய 'பத்மாசனி' போன்றோரே ஏராளமான நாவல்களைப் படித்து, அவற்றை நினைவுகூரவும் இயன்றிருக்கும்.[20] ஐ.சி.எஸ். கணவர் அமைந்த கிருத்திகாவும் விரிந்த படிப்பில் ஆழ இயன்றது.[21] பெண்களின் வாசிப்பைப் பற்றிய அக்கால விமரிசனங்களை, ஓய்வு நேர வழக்கமாக வாசிப்பு ஆகிவிட்டதைப் பற்றிய விமரிசனமாகவும் கொள்வதில் தவறிருக்க முடியாது.

இந்தச் சூழலில் இரயில் பயணங்களின்பொழுது வாசிக்கும் பழக்கம் தொற்றிக் கொண்டது. 'ரெயிலில் போகும்போது சிலர் கதைப் புத்தகம் வாசித்துக் காலம் போக்குவார்கள்' என்கிறது அக்காலப் பயணக் கட்டுரையொன்று.[22] இரயில் பெட்டியில் பிற பயணிகளோடு வெட்டிப் பொழுதைக் கழிக்காமல் 'புத்திமான்கள்... தங்கள் யோசனையிலும் பத்திரிகைப் புத்தகப் பார்வையிலும் தங்கள் நேரத்தைப்' போக்கினார்கள்.[23] பலசரக்குக் கடை, மிட்டாய்க் கடை, மாங்காய்க் கூறுகள் விற்க வைத்திருக்கும் மாமரத்தடி இதெல்லாம் போக, 'சுருட்டு, சிகரெட்டு புகைந்துகொண்டிருக்கும் ரயில் இரண்டாவது, முதலாவது வகுப்புகளிலும்' கல்கியின் கதைகள் படிக்கப்பட்டதாக டி. கே. சிதம்பரநாத முதலியார் எழுதுகிறார்.[24] 'இவ்வாறு புத்தகப் படிப்பின் வளர்ச்சிக்கு ரயில்வேக்கள் மிக்க உதவி செய்கின்றன' என்கிறார் கல்கி.[25] 1920கள் அளவிலேகூட இரயில் நிலையங்கள் எங்கும் ஹிக்கின் பாதம்ஸ் என்ற சென்னையில் அமைந்த ஐரோப்பிய நிறுவனம் புத்தகக் கடைகளை வைத்திருந்தது. (அதன் தொடர்ச்சி இன்றும் நீடிக்கிறது.) *தேசபக்தன் கந்தனில்* வரும் சுந்தரமும் சரஸ்வதியும் மாயவரம் இரயில் நிலைய ஹிக்கின்பாதம்ஸ் புத்தகக் கடையின் ஊழியரின் நட்பைப் பயன்படுத்தி, நூல்களை இலவசமாகப் படிக்கின்றனர்.[26] மாணவராயிருந்த பொழுது தஞ்சாவூர் இரயில் நிலையக் கடையில் நாவல்கள் வாங்கிப் படித்ததைக் க.நா.சு.வும் குறிப்பிடுகிறார்.[27] பின்னர், *சுதேசமித்திரன்* நாளேடும் இதைப் போன்ற புத்தக விற்பனை நிலையங்களைத் தொடங்கியது. தனது முதல் சிறுகதைத் தொகுதியைச் *சுதேசமித்திரன்* புத்தகக் கடைகள் மூலம் விரைவில் விற்றுத் தீர்த்ததைச் சாண்டில்யன் குறிப்பிடுகிறார்.[28] இரயில் பயணத்தில் படிப்பதை ஓய்வு நேர வாசிப்பு என்றே கருத வேண்டும் என்றாலும் இதை ஐரோப்பிய நிலையோடு ஒப்பிட முடியாது. இந்திய இரயில்கள் அந்தக் காலத்திலேயே நெரிசலுக்கும் முண்டியடிப்புக்கும் பெயர்போனவை!

ஒய்வு நேர வாசிப்பு பரந்துபட்டதாகவும் அங்கொன்றும் இங்கொன்றுமாக மேய்வதாகவும் அமைந்தது. அதற்கு முந்தைய வாசிப்பு முறையில் படிப்பு என்பது பெரிதும் ஆழ்ந்த தாக அமைந்திருந்தது. குறைவான எண்ணிக்கையிலேயே நூல்கள் இருந்ததும் இதற்கொரு காரணம். திருக்குறள் புத்த கத்தை எப்போதும் கையில் வைத்திருக்க வேண்டும் என்பது ஓர் கனவாகத்தான் உ. வே. சாமிநாதையரின் இளமையில் இருந்திருக்கிறது[29] என்றால் அச்சு நூல்கள் எவ்வளவு அருமை யாக இருந்திருக்கும் என்று தெரிந்துகொள்ளலாம். மனப்பாடம் சார்ந்த வாசிப்பு மனத்தை ஒருமைப்படுத்த வேண்டிய கட்டாயத்தையும் உண்டாக்கியது. சிறுமியாக இருந்தபொழுது, கையில் எடுத்த புத்தகத்தையெல்லாம் முழுவதுமாகப் படித்து முடித்த குமுதினி, காலம் செல்லச் செல்ல நூல் முகவுரைகளை மட்டுமே படித்ததாகச் சொல்கிறார்.[30] பெரிய எழுத்தாளராக ஆகும் கனவுகளோடு அக்காலத்தில் சென்னை வாசம் செய்து வந்த ஆர். கே. நாராயண் கூறுகிறார் :

> நான் ஏராளமாகப் படிப்பவன் என்று எவரும் முடிவு செய்துவிட வேண்டாம். ஒரு பத்திரிகையின் பக்கத்தை அங்கொன்றும் இங்கொன்றுமாகத் திருப்பி, அடுத்த ஒரு இதழைப் புரட்டி, இன்ன இன்ன கட்டுரையைப் பின்பொரு நாள் படிக்க வேண்டும் என்று மனத்தில் குறித்துக்கொள்வது .... இதுவே எனக்குப் பெரும் மகிழ்ச்சி தருவது; குறித்துக்கொண்டவாறு நான் படித்த தில்லை என்பதையும் சொல்லிவிட வேண்டும். (நூலகத் திற்கு) மீண்டும் வருவதற்குள் அந்தப் பத்திரிகையின் அடுத்த இதழ் மேசையில் இருக்கும்; அல்லது மனத்தில் குறித்தது மறந்து போயிருக்கும் .... ஒரு புத்தகத்தின் பக்கங்களை அங்கும் இங்குமாகப் புரட்டுவது ஓர் இன்பம்.[31]

மௌன வாசிப்பின் மூலம் உருவான வாசகர் ஒருவரின் வாக்குமூலம் இது. இத்தகைய வாசிப்பை நடுத்தர வர்க்கத்தினர் மேன்மேலும் கையாளத் தொடங்கினர். நடேச சாஸ்திரியின் தீனதயாளு 'ஸதா புஸ்தகமும் கையுமாக இருப்பான்'.[32] கும்ப கோணம் கல்லூரியில் ஆசிரியராக இருந்த மளூர் ரங்காசாரி பற்றிய சித்திரத்தையும் இங்கு வருவித்துக்கொள்வோம்.

> தம் கையில் ஒரு புத்தகத்தை வைத்துக் குனிந்தபடியே படித்துக்கொண்டிருந்தார். அவர் எப்பொழுதுமே படித்த வண்ணமாகவே இருப்பார்... அவர் புத்தகத்தைப் படித்துக்கொண்டிருக்கும்போது கவனித்தால், அந்தப் புத் தகமும் அவரும் வேறாகத் தோற்றாதபடி அதிலே அமிழ்ந்து தம்மை மறந்து ஈடுபட்டிருப்பதைக் காணலாம். அதுதான் அவருக்கு ஆனந்தம்; அதுதான் அவருக்கு யோகம்.[33]

இவ்வாறு மௌன வாசிப்பு ஆழ்ந்த படிப்பையும் மகிழ்ச்சிக் கான மேலோட்டமான படிப்பையும் ஒருங்கே வளர்த்தது. இரண்டாம் வகை எழுத்து 1930களில் பெரும் வளர்ச்சி பெற்றது. இதைப் பற்றி *மணிக்கொடி* மதிப்புரையாளரின் கருத்து கவனத்திற்குரியது :

> தற்சமயம் தமிழ்நாட்டில் தினசரிகளைத் தவிர வாரப் பதிப்புகளிலும் மாசிகைகளிலும் ஒரு புதிய போக்கு வளர்ந்து வருகிறது. ஜனங்களின் பொழுதுபோக்கு, மனோவிடுமுறையே இவற்றை வெளியிடுவதன் நோக்கம் என்று கருதும்படி, நமது சஞ்சிகைகளில் கதைகளுக்கும், இது போன்ற இதர 'லேசான' விஷயங்களுக்குமே முக்கியம் கொடுக்கப்படுகிறது.[34]

இந்தப் பின்னணியில்தான், மேலோட்டமான வாசிப்பில், முக்கியமாக நாவல் வாசிப்பில், ஈடுபடுகிறவர்களைப் பற்றி அ. சுப்பிரமணிய பாரதி, தமது சகலவிதமான பிறபோக்குத் தனங்களையும் கடை விரித்துக் காட்டுவது போலப் பின்வரு மாறு கூறுகிறார் :

> ஏதோ பொழுதைக் கழிக்க வழி தெரியாத பரிசாரகர் கள், சத்திரச் சோற்று சோம்பேறிகள், வேலையற்ற வீணர்கள், வேலையற்ற ஸ்திரீகள், வீட்டுக்காகாத நாட்களில் போதைக் கழிக்க வழி தெரியாத பூவையர் கள், வியாபார மற்ற கடைக்காரர்கள், இவர்களைப் போன்றவர்களே இக்காலத்தில் நாவல் படித்து மகிழ் பவர்களில் பெரும்பான்மையராயிருக்கின்றனர்.[35]

மௌன வாசிப்போடு வளர்ந்த மற்றொரு பழக்கம் புத்தகங் களை — படித்தாலும் படிக்காவிட்டாலும் — வாங்கிச் சேர்ப் பது. தாம் வாங்கிய நூல்களை அடுக்குகளில் வரிசைப்படுத்தி அழகு பார்த்த மறைமலையடிகள், 'மெய்யியல் துறை ஒவ் வொன்றிலும் அருமையாகத் தேர்ந்தெடுத்த சிறந்த நூல்கள் என்னிடம் உள்ளன; அவற்றுள் அரிய நூல்கள் பல. வியத்தகு நூல்கள் ஒருவருக்குச் சொந்தமாக இருப்பது உண்மையான அறிவார்ந்த இன்பமாகும்'[36] என்று தம் நாட்குறிப்பேட்டில் பதிந்துள்ளார். நூல்கள் வர்ங்கிக் காசை வீணாக்குவதால் தன் மனைவியின் வருத்தத்தையும் மீறித்தான் மறைமலையடி கள் நூல்கள் வாங்க வேண்டியிருந்தது. ஆயினும் என்ன செய்ய? 'புதிய நூல்களை வாங்குவதில் எனக்குச் சொல் லொணாப் பேரார்வம் உள்ளதே!'[37]

நூல்களைச் சேகரிப்பதில் மறைமலையடிகள் விதிவிலக் கானவர் என்று சொல்ல முடியாது. நடுத்தர வர்க்க வாசகரி டையே அது ஒரு பெருவழக்காக இக்காலத்தில் உருப்பெற்று வந்தது. 'என் புத்தகங்கள்', 'நான் படித்த புத்தகங்கள்', 'என் புஸ்தகத் தட்டு' என்ற தலைப்புகளில் பத்திரிகைக் கட்டுரைகள்

எழுதும் அளவுக்கு அவர்களிடையே நூல்கள் சேர்க்கும் வழக்கம் வளர்ந்து வந்தது. தன் அலமாரியில்

> என்னென்னவோ புத்தகங்களெல்லாம் இருக்கின்றன. அவைகள் எப்படி இங்கே வந்துசேர்ந்தன என்பதுகூட அறிவது கஷ்டம். அவைகளில் பலவற்றை நான் படித்ததே கிடையாது; எப்போதாகிலும் படிப்பேனா என்பதும் சந்தேகம். அலமாரி நிரம்பிவிட்டது. இப்புத்தகங்களில் சிலவற்றை எடுத்து அப்புறப்படுத்தினாலே, இனிமேல் நான் வாங்கும் புதுப் புத்தகங்களுக்கு இடம் கிடைக்கும். இருந்தாலும் இவைகளை விட்டுப் பிரிவதற்கு மனமில்லாமலிருக்கிறேன். எதை அப்புறப்படுத்துவதென்று தெரியவில்லை.[38]

என்ற குமுதினியின் ஆற்றாமை நடுத்தர வர்க்கத்து வாசகர் பலரிடம் இருந்த உணர்வுதான். மலிவான விலைக்குப் புத்தகங்கள் கிடைத்தபோது வாங்கிச் சேர்த்த வினை இது.

> இவ்வளவு ஆசையோடு வாங்குகிறேனே, இவற்றையெல்லாம் வாசிக்கிறேனா?—அது வேறு விஷயம். வாங்கும்போது வாசித்துவிட்டுத்தான் மறு காரியம் பார்க்கிறதென்றே தீர்மானம் செய்துகொள்வேன். புஸ்தகம் அலமாரியில் ஏறிவிட்டால், 'புஸ்தகம் நம்முடையதுதானே? நிதானமாக வாசித்துக்கொண்டால் போகிறது' என்று எண்ணுவேன் போதாக்குறைக்கு அந்த எண்ணத்தைப் பலப்படுத்த, 'கிணற்று நீரை வெள்ளங் கொண்டுபோகுமா?' என்ற பழமொழி வேறு சேர்ந்துகொள்ளும். பல புஸ்தகங்களைப் பாதி படித்திருப்பேன்; பலவற்றை ஓர் அத்தியாயம் வாசித்திருப்பேன்; புரட்டிப் பார்த்துவிட்டு வைத்தவைகளே அதிகம். அப்புறம் 'புஸ்தகம் நம்முடையது' என்ற திருப்தியோடு நிற்பதாகத்தான் இருக்கும்.[39]

இவ்வாறு நூல்கள் சேர்த்த பின் அவற்றை இழக்க மனம் ஒப்பவில்லை. நடேச சாஸ்திரியின் தீனதயாளு, இக்கட்டான ஒரு குடும்பச் செலவிற்காக 'அருமையாய்ப் பல நாள் சேகரித்து வைத்திருந்த கோசங்களையும் புஸ்தகங்களையும் பஞ்சத்துப் பிள்ளை விற்பது' போலவே விற்கிறான்.[40]

நூலகங்களைப் பயன்படுத்தும் வழக்கமும் இக்காலத்தில்தான் பெருவழக்கானது. விரும்பிய நூல்களையெல்லாம் வாங்க முடியாத குறையை இவை ஓரளவுக்குத் தீர்த்துவைத்தன. அச்சு நூல் பெருக்கமும், எழுத்தறிவு பெற்றவரின் பெருக்கமும், மௌன வாசிப்பின் பரவலும் நூல்களின் தேவையைப் பெருக்கின. 1920களிலும் '30களிலும் நூல்களுக்கான தேவை மிகுந்தது. சமூக—அரசியல் விழிப்புணர்வும் இதற்கு ஒரு காரணியாக இருந்தது.

> சட்ட மறுப்பு இயக்க காலத்தில் ஏற்பட்ட பலன்களில் நாட்டு மக்களிடையே எழுந்த அறிவுத் தாகம் ஒரு முக்கிய மான அம்சம். ஒத்துழையாமை இயக்கத்திலிருந்து பரவி வந்த இந்த தாகம் உப்பு சத்தியாகிரத்தின்போது தீவிரம டைந்தது. அதற்குமுன் தமிழ்நாட்டில் பத்திரிகைகள் இருந்த நிலைமையும், அதற்குப் பின் அந்த வழியில் ஏற் பட்ட வேகமுமே இதற்குச் சாட்சி. தேசத்தின் தேவைக்குத் தகுந்தபடி பத்திரிகைத் தொழிலும் குதியும் ஓட்டமுமாக வளர்ந்தது. ஆன்டால் ஜனங்களின் இந்த தாகத்திற்குத் தேவையான புஸ்தகப் பிரசுரத் தொழில் மாத்திரம் பல காரணங்களால் நியாயமான அளவு வளரவில்லை.

என்றார் மணிக்கொடி மதிப்புரையாளர் ஒருவர்.[41] *காந்தி, சுதந்திரச் சங்கு* போன்ற காலணாப் பத்திரிகைகள் காங்கிரசின் சக்தியை சுப்பையா பிள்ளைக்குக் காட்டாமல்[42] போயிருந்தாலும், ஏராளமான மக்களைச் சென்றடையவே செய்தது. (முகவர்களின் மூலமாக இதழ்களை விற்பனை செய்வது 1930களின் ஆரம்பத்தில்தான் தொடங்கியதென்றும், *சுதந்திரச் சங்கு* ஓர் இலட்சம் பிரதிகள் விற்றதெனவும் சொல்லப்படுகிறது.) இந்தச் சூழலில் நூலகங்களும் படிப்பகங்களும் பல்கிப் பெருகின. 'சென்னை புஸ்தகாலய சங்கம்' என்ற அமைப்பு 1928இல் தோற்றுவிக்கப்பட்டு, தமிழ்நாட்டில் நூல்நிலைய இயக்கம் வளர வழி செய்தது. (கோலன் பகுப்பு முறையை உருவாக்கிய எஸ். ஆர். ரங்கநாதன் இதில் முக்கியப் பங்காற்றினார்.) நூலகங்களுக்கென அதிக நிதி ஒதுக்கீடு செய்ய வேண்டும், நூலகங்களை ஊர்தோறும் தோற்றுவித்து இலவசமாகப் படிப்பதற்கு வழிசெய்ய வேண்டும் என இச்சங்கம் தொடர்ந்து குரல் கொடுத்தது.

இந்திய தேசிய இயக்கம், சுயமரியாதை இயக்கம் ஆகியவற்றின் சார்பில் தமிழகமெங்கும் சிறு நூல்நிலையங்களும், இலவசப் படிப்பகங்களும் பெருகின. 'பாரதி சுற்றுப் புத்தக சாலை' (மதுரை), 'தாகூர் வாசகசாலை' (காரைக்குடி), நேரு வாசக சாலை (காரைக்குடி), 'ராமகிருஷ்ண வாசகசாலை' (காரைக்குடி), 'வைக்கம் வீரர் வாசகசாலை' (தென்மாப்பட்டு), 'சிவஞான முனிவர் புத்தகசாலை' (சென்னை), 'பனகாலரசர் வாசகசாலை' (பட்டுக்கோட்டை)', 'சமதர்ம இலவச வாசகசாலை' (சாக்கோட்டை), 'பகுத்தறிவு வாசகசாலை' (தளவாய்புரம்), 'மாதர் மறுமண சங்க இலவச வாசகசாலை' என்று ஊருக்கு ஊர் படிப்பகங்கள் வளர்ந்தன. விவாதக் களங்களாகவும் இவை அமைந்தன.[43] 90,000 நூல்களும் 1,400இதழ்களும் உள்ள சென்னைப் பல்கலைக்கழக நூலகம், பட்டதாரிகளுக்கு மட்டுமே அனுமதியுடையதாதலால், 'அவை படிக்கவா? மக்கிப் போகவா?' என்ற குரலும் எழுந்தது.[44]

நூலகங்கள் வாசகருக்கு உகந்தவையாக அமைந்தன. 'தன்னை இலவசப் படிப்பகம் என்றோ, நூலகம் என்றோ அறிவித்துக்கொண்ட எந்த இடத்திலும் நான் வெட்கமின்றி, அத்துமீறி நுழைவேன்' என்றார் ஒரு சமகால எழுத்தாளர்.

> நூலகத்தில் பரவியிருக்கும் கோந்து மற்றும் கலிக்கோ வின் மெல்லிய மணம் எனக்கு நறுமணப் புகையைப் போன்றது. அடுக்குகளில் வைக்கப்பட்டிருக்கும் பொன் னிற முதுகுடைய நூல்களின் வரிசை எனக்கு எழி லார்ந்த காட்சி. நூல்கள் நன்றாக அடுக்கிவைக்கப்பட்ட அலமாரிகளின் இடைவழியில் நடப்பது இரு மருங்கும் மரங்களிருக்கும் அமைதியான சாலையில் நடக்கும் மகிழ்ச்சியை எனக்குத் தருகிறது. ஒரு நூலின் கட்டமைப் பும் அதன் மென்மையும் செடியிலுள்ள ஒரு மலரை வருடும் இன்பத்தைத் தருகின்றன.[45]

வாசிப்புப் பழக்கத்தின் பெருக்கத்தால் பத்திரிகைகளில் மதிப்புரைகளும் வெளிவரலாயின. பாரதியின் காலத்தில் வெளியான மதிப்புரைகளைவிட 1920கள், '30களில் வெளியான மதிப்புரைகள் அளவிலும் பண்பிலும் அதிகம். பாரதி காலத் தில் அவர் நூல்களுக்கு வந்த மதிப்புரைகளை விரல்விட்டு எண்ணிவிடலாம். மதிப்புரை என்ற வகைமை உருப்பெற்று வளரவும், அதைப் பற்றிய மதிப்புரைகளும் இக்காலப்பகுதியில் வெளிப்பட்டன. 'புத்தகங்கட்கு மதிப்புரை எழுதும் வேலை யானது தமிழ்நாட்டுப் பத்திராதிபர்கட்குப் பெருந்தொல்லை தரும் விஷயங்களில் ஒன்றாகும்' என்று *குமரன்* ஆசிரியர் சொ. முருகப்பா ஒரு துணைத் தலையங்கமே எழுதி நொந்து கொண்டார்.[46] மதிப்புரைகளின் போலிமை பற்றிக் கல்கி ஒரு நகைச்சுவைக் கட்டுரை வரைந்திருக்கிறார்.[47] மதிப்புரைகள் பற்றிக் கூர்மையான பல அவதானிப்புகளைப் புதுமைப்பித்தன் செய்திருக்கிறார். நூல்கள் பற்றிய மதிப்பீட்டை அறிய விழையும் வாசகர்களைத் தவறான வழியில் செலுத்தும் 'மகத்தான' தொண்டை மதிப்புரைகள் செய்துவருவதாகக் குற்றம்சாட்டிய புதுமைப்பித்தன்,

> புஸ்தகம் விலை கொடுத்து வாங்கிப் படிக்கும் பழக்கம் இப்பொழுதுதான் சிறிது சிறிதாக வளர்ந்து வருகிறது. இச்சமயத்தில், இப்படிப்பட்ட மதிப்புரைகள் ஓர் தவறான அல்லது போலி ரசனையை ஏற்படுத்தி வரு கின்றன. அது மட்டுமல்ல. போலி மதிப்புரை இரு பக்கங்களிலும் கூரான கத்தி. தானே நிர்ணயித்துக் கொள்ளும் வாசகரை நிரந்தரமான அசட்டுத்தனத்துக்கு உள்ளாக்குவதுடன், எழுதிய ஆசிரியரையும் ஒரு போலித் தன்னம்பிக்கையுடன் கூடிய அகந்தையைக் கொடுத்துப் பாழாக்கிவிடுகிறது.

என்றும் கருதினார். இந்த நிலையில், மதிப்புரையாளர்கள் 'ரணவைத்தியரின் மனப்பான்மை'யைக் கொண்டிருக்க வேண்டும் என்று கருதிய புதுமைப்பித்தனின் மதிப்புரைகள் அத்தன்மையைக் கொண்டிருப்பதையே காட்டுகின்றன.[48]

இதே காலகட்டத்தில் புத்தகங்களை இரவல் வாங்கிப் படிப்பதைப் பற்றிய விமரிசனங்களும் மிகுந்தன. வளர்ந்துவரும் புத்தகத் தொழிலை இப்பழக்கம் நசித்துவிடக்கூடும் என்ற அச்சமும் வெளிப்படுத்தப்பட்டது. இதைப் பற்றிய நகைச்சுவை தொனிக்கும் குறிப்புகளும் கட்டுரைகளும் ஏராளம்.[49] தனது *பாரதமணி*யில் 'போகிறபோக்கில்' என்ற தலைப்பில் பத்தி எழுதிய கா. சி. வேங்கடரமணி, 'அப்படி எக்காலத்திலாவது கொஞ்சநஞ்சம் புஸ்தகங்களைப் படித்தாலும், தமிழ் மக்களின் புராதன பழக்கத்தை ஒட்டி, புஸ்தகங்களை காசு கொடுத்து விலைக்கு வாங்கி நான் படிப்பதில்லை, நிச்சயம்' என்று விளையாட்டாகக் குறிப்பிடுகிறார்.[50]

> புத்தகங்களைச் சம்பாதிப்பதற்குச் சாதாரணமாக மூன்று வழிகள் உண்டு என்பதாகவும் சொல்லப்பட்டிருக்கிறது. யாசகம் வாங்குதல், கடன் வாங்குதல், திருடுதல் ஆகியவை அந்த மூன்று வழிகளாகும். விலைக்கு வாங்குதல் என்னும் நாலாவது வழி ஒன்றும் இருக்கிறது

என்று கல்கி கேலி செய்கிறார்.[51] இரவல் புத்தகம் வாங்கிப் படிப்பதைப் பற்றி இத்தகைய கேலிகளையும் கண்டனங்களையும் கூட வாசிப்புப் பெருக்கத்திற்குச் சான்றாகக் கொள்ளலாம்.

இவ்வாறு வாசிப்பு, முக்கியமாக மௌன வாசிப்பு, 1920கள் '30களில் நடுத்தர வர்க்கத்தினரிடையே முதன்மையான வாசிப்பு முறையாக வளர்ச்சி பெற்றுவிட்டது. இதற்கிசைந்த வாசிப்புப் பழக்கங்களும் தோன்றிவிட்டன. இந்நிலையில் அதனை வரையறுக்கும் முயற்சியும் மேற்கொள்ளப்பட்டது. இதற்கோர் எடுத்துக்காட்டாக வைதீகக் காங்கிரஸ் தலைவரான எஸ். சத்தியமூர்த்தியின் கருத்துகளைக் காணலாம். 1941இல் தம் 'அருமைப் புதல்வி' லட்சுமிக்குச் சிறையிலிருந்து எழுதிய கடிதங்களில் இது பற்றிச் சில செய்திகள் கிடைக்கின்றன. நடுத்தர வர்க்க வாழ்க்கை, பண்பாடு பற்றிய நற்போதனைகள் மிகுந்த அக்கடிதங்களில் மூன்று கடிதங்களேனும் நூல்களைப் பற்றியும் வாசிப்புப் பழக்கங்கள் பற்றியும் பேசுகின்றன.[52] முதலில்,

> சரியான தோரணையில் புத்தகங்களை நீ படிக்க வேண்டும். உட்கார்ந்து படிப்பது விசேஷம். நாம் சில சமயங்களில் சோம்பேறித்தனமாக இருக்கும்படி நேருகிறது. அப்போது படுத்துக்கொண்டே வாசிக்கிறோம். அந்த மாதிரியெல்லாம் படிப்பது நல்லதல்ல; கண்

ணுக்குக் கெடுதல். அப்படியே படிக்க வேண்டுமானால் வெளிச்சம் கிட்டும்படி நம்மைச் சரிசெய்துகொள்ள வேண்டும். இரவில் நாம் அதிக வெளிச்சத்தைத் தரக் கூடிய மின்சார விளக்கு வெளிச்சத்தில் படிக்கிறோம்.... நீ போதிய வெளிச்சத்தோடு படிக்க வேண்டும். அதிகமாகவும் வெளிச்சம் கூடாது.⁵³

படிக்க வேண்டிய நூல்களைப் பொறுத்தமட்டில் சமஸ்கிருத காவியங்களையும், ஷேக்ஸ்பியர், காளிதாசன், வால்மீகி, பவபூதி, கம்பன், ஆங்கிலப் புனைவியல் கவிஞர்களையும் படிக்குமாறு அறிவுறுத்தினார்.⁵⁴ நாவல்களைப் பொறுத்த மட்டில், 'ரயில்களிலும் வேறு வேலை ஒன்றையும் செய்ய முடியாமல் போகும் சந்தர்ப்பங்களிலும் பொழுதுபோக வேண்டிய சமயத்திலும் மூளைக்குச் சிரமத்தை அளிக்காமல் இருக்க வேண்டுமானால்' படிக்கலாம் எனவும் சலுகை அளித்தார்.⁵⁵ பேரிலக்கியங்கள் போக 'சரித்திரம், பூகோளம், இயற்கை விஞ்ஞானம், மனத்தத்துவ சாஸ்திரம், மதம்' ஆகியவற்றைப் படிக்க வேண்டுமாம். இவற்றைக் கற்க, தக்க அணுகுமுறையையும் சத்தியமூர்த்தி விதித்தார்.

> நான் மேலே சொன்ன விஷயங்களைப் பற்றியெல்லாம் படித்து, நீ நிபுணத்துவத்தை அடைவது என்பது சாத்தியம் அல்ல. அதற்கு அவசியமும் இல்லை. இந்தப் பொதுவான விஷயங்களைப் பற்றியெல்லாம் பூர்வாங்க மாகப் படித்து, பரிசீலனை செய்துவைத்துக்கொண்டால் போதும். இப்படிச் செய்தால் நீ பத்திரிகைகளையும் சஞ்சிகைகளையும் படிக்கும்போது அவற்றைப் புத்திசாலித் தனத்துடனும் சிரத்தையுடனும் பின்பற்ற முடியும்.⁵⁶

மேலும், அகராதியைப் பயன்படுத்தல், நூலகங்களுக்குச் செல்லுதல், படிக்கும்போது குறிப்பேடு வைத்துக்கொண்டு குறிப்புகள் எடுத்தல் ஆகியவற்றையும் சத்தியமூர்த்தி பரிந் துரைத்தார்.⁵⁷

இவ்வாறு சத்தியமூர்த்தி வரையறுத்துக் காட்டிய மௌன வாசிப்பு முறையும் அதனையொட்டிய வாசிப்புப் பழக்கங் களும் தமிழ்ச் சமூகத்திற்குப் புதியவை. அதற்கு முந்திய வாய்விட்டுப் படிக்கும் பழக்கமும், அச்சு நூல்களின் நிலை பேற்றுக்கு முந்திய காலத்து ஆழ்ந்த படிப்பும் இந்தப் புதிய நிலைக்கு நேரெதிரானவை. இந்தப் புதிய வாசிப்பு முறை தனிமையில், மௌனமாக வாசித்தலை நியமமாகக் கொண் டிருந்தன. எழுச்சி பெற்றுவந்த புதிய நடுத்தர வர்க்கத்தின் ஓய்வு நேரச் செயல்பாடாக அமைந்த இந்த வாசிப்பு முறை, இவ்வர்க்கத்தின் நுண்ணுணர்வைச் சமைத்து, அதன் மாறி வரும் தேவைகளுக்கு ஏற்புடையதாகவும் அமைந்தது. இத னையே 'சக்தி' வை.கோவிந்தன் பின்வருமாறு வருணிக்கிறார்.

> புத்தகங்களை ஓதாது ஓதுவிக்கும் 'மௌன குருக்கள்' என்று அழகாய் வர்ணித்திருக்கிறார் ஓர் ஆங்கிலப் பேரறிஞர். புத்தகங்கள் மௌன குருக்கள் மாத்திரம் அல்ல; நாம் துயருற்ற சமயங்களில் அவைகள் நம்மைக் களிப்பித்துத் தேற்றும் தோழர்களாகவும், சங்கடங்களிலே குழம்பிய மனத்தைத் தெளிவித்து வழிகாட்டும் வேதாந்திகளாகவும், உலகவியல்புகளை விளக்கிக் காட்டும் ஞான விளக்குகளாகவும், சென்ற கால ஞாபகச் சின்னங்களாகவும், வருங்காலத் தீர்க்கதரிசிகளாகவும் பொலிகின்றன.[58]

எழுச்சி பெற்றுவந்த நடுத்தர வர்க்கத்தின் முதன்மையான வாசிப்பு முறையாக மௌன வாசிப்பு 1930களிலேயே காலூன்றி விட்டது. காலனியாதிக்கத்தின் விளைவாகத் தோன்றிய இந் நடுத்தர வர்க்கம் முழுச் சமூகத்தின்மீதும் தன் மேலாண் மையைச் செலுத்த விழைந்தது. ஆயினும் தன் உள்ளார்ந்த பலவீனங்கள் காரணமாக அதனால் தன் மேலாண்மையை நிறுவ இயலவில்லை. தமிழ்ச் சமூகத்தின் அடித்தட்டு மக்களின் மீது தனது வாசிப்பு முறையை நிலைநாட்ட இயலாமையும் இதற்கோர் சான்று. அதனை இனிக் காண்போம்.

அடித்தட்டு மக்களின் இலக்கிய உற்பத்தியை நுகரும் முறை நடுத்தர வர்க்கத்தின் வாசிப்பு முறைக்கு முற்றிலும் மாறானதாக இருந்தது. முக்கியமாகத் தெருவோரங்களிலும் முச்சந்தி நாற்சந்திகளிலும் பாடி விற்கப்பட்ட சிறு நூல்களே இங்குச் சுட்டப்படுகின்றன.[59] இப்பாட்டு நூல்களைப் 'படிக்க', அவற்றைச் சிறிது நேரமேனும் கையில் வைத்திருக்க வேண்டும் என்ற கட்டாயம்கூட இல்லை. முச்சந்தியில் இப்பாடல்களைப் பாடி விற்கும்போது எவரும் நின்று கேட்டுச் செல்லலாம். அச்சிறு நூல்களை வாங்கத் தேவையில்லை. சுற்றி நின்ற கூட்டம் சூழலுக்கேற்பக் கூடிக் கலையும். உணர்ச்சிப் பாங் கான இடங்களில் தேம்பி அழும். பாடி முடித்து, நூல்களை விற்கத் தொடங்கியதும் கலையத் தொடங்கும் கூட்டம், அம்முச்சந்திக் கவி அடுத்த இடத்திற்குச் செல்லும்போது முழுவதுமாகக் கலைந்துவிடும். கூட்டு வாசிப்புகளிலும், எழுத்தறிவுடைய ஒருவர் படிக்கப் பிறர் அதனைக் கேட்பர்.

நடுத்தர வர்க்க மக்கள் இந்த இலக்கியத்தை நுகரவில்லை என்பது மட்டுமல்ல அவற்றை எள்ளி நகையாடவும் செய்தனர். இவ்விலக்கியத்தின் தன்மை காரணமாக, இதைப் பற்றி அறி வதற்கான சான்றுகளும் குறைவாகவே கிட்டுகின்றன. இதைப் பற்றித் தனியே ஓர் ஆய்வை இந்நூலாசிரியர் செய்திருக்கிறார். விரைவில் வெளிவரவுள்ள அந்நூலிலிருந்து, இவ்வாய்வுக்குப் பொருத்தமான சில செய்திகள் மட்டும் இங்கே முன்வைக்கப் படுகின்றன.

நடுத்தர வர்க்கத்தினரின் நூல் சேகரிப்புகளிலும் நூலகங் களிலும் இவ்வகை நூல்களின் இருப்பு குறைவாகவே உள்ள நிலையில் இவற்றை அறிவதும் அருமை. 1920களிலும் '30களி லும் அரசியல் நூல்களை அந்நிய அரசு கடுமையான கண் காணிப்புக்கு உள்ளாக்கியபோதுதான் இவ்விலக்கியம் பற்றியும் அதன் நுகர்வோர் பற்றியும் சில செய்திகள் கிடைக்கின்றன.

இலங்கைத் தேயிலை, ரப்பர் தோட்டங்களுக்குச் சென்று வந்த தொழிலாளரிடம், துனுக்கோடியில் கப்பல் ஏறுகையிலும் இறங்குகையிலும் சோதனையின்போது *மஹாத்மா காந்தி அரஸ்டுப் பாட்டு, தேசிய கீதத் திரட்டு, காந்தி தியானம், மஹாத்மா காந்தி மஹிமை, கள்ளுக்கடை மறியல்* முதலான சிறு பாட்டுப் புத்தகங்கள் கைப்பற்றப்பட்டன. இவற்றை வைத்தி ருந்த தொழிலாளர்களை விசாரித்தபோது கிடைத்த தகவல்கள் சுவையானவை. இவர்கள் பெரும்பான்மையும் கூலியாள்களாக வும், தொப்பி விற்போராகவும், சவரத் தொழிலாளிகளாகவும், சமையல்காரர்களாகவும், குற்றேவலர்களாகவும் இருப்பதைக் காண முடிகின்றது. இதைவிட முக்கியமாக இவர்களில் பலர் எழுத்தறிவற்றவர்களாகவும் விளங்கினர்.[60]

> அரிச்சுவடி தெரிந்த மட்டில் படிப்பை நிறுத்திய குடியானவர்கள்கூட அல்லியரசாணி மாலை, புலந்தரன் களவு மாலை, எழுத்தறியும் பெருமாள் அம்மானை, பவளக்கொடி மாலை, தேசிங்குராஜன் சரித்திரம், தாயுமானவர், அருட்பா முதலியவற்றை ராகமாகப் படித்துக்கொண்டிருப்பர்

என்று தம் ஊர் நிலையை நினைவுகூர்வார் சுத்தானந்த பாரதி.[61] அப்படியெனில் அவர்கள் எவ்வாறு 'வாசித்தனர்'?

இத்தகைய பாடல்கள் பற்றிய அறிவு பெரிதும் கூட்டு வாசிப்பின் வழி ஏற்பட்டது. முச்சந்தியில் கேட்ட பாடல்களை மனத்தில் பதித்துக்கொண்டது போக, திருவிழாக்கள் மற்றும் சடங்குக் காலங்களில் பாடல்களை இம்மக்கள் நுகர்ந்தனர். பாடை தூக்குவதற்கு முன் *கரிமேடு கருவாயன்* பாடல் போன்ற வற்றைப் பாடுவார்கள். மரணப் படுக்கையில் இழுத்துக் கொண்டிருக்கையில் *சித்திர புத்திர நாயனார் கதை, வாலி மோட்சம், வைகுண்ட அம்மானை* முதலானவற்றைப் பாடுவதும் வழக்கம்.[62] இத்தகைய நிகழ்ச்சி ஒன்றைக் கி.ராஜ நாராயணன் 'புறப்பாடு' என்ற கதையில் விவரிக்கிறார். சாகக் கிடக்கும் அண்ணாரப்பக் கவுண்டரைச் சுற்றி ஊரார் குழுமியிருக்கின்றனர். 'அரிக்கன் லைட்டைத் துடைத்து நன்றாகத் தூண்டிவிட்டார்கள். ஆட்களோடு பக்கத்தில் நின்று வேடிக்கை பார்த்துக்கொண்டிருந்த பல்ராம் நாயக்கரை *சித்திர புத்ர நயினார்* கதையைப் பாடச் சொன்னார்கள்.'[63]

இத்தகைய பாடல்களை ராகம் போட்டுப் பாட வேண்டும். கோபல்லபுரத்தில் வெளியூர்ச் சீமை போய் ஆங்கிலம் படித்து விட்டு வரும் பையனை, சித்திர புத்திர நயினார் நோன்பன்று 'பெத்தணக் கவுண்டரு வர கொஞ்சம் நேரமாகும் போல' என்று கதையைப் படிக்கச் சொல்கிறார்கள். அவன் 'என்னாமா படிக்கப் போறானோ ராகம் போட்டுன்னுட்டு எதிர்பாக் காங்க... அவம் பொஸ்தகத்தெப் பாத்து ரொம்ப நேரங்களிச்சி, *பேசற மாதிரி* வாசிச்சானாம்! "ராகம் போட்டுப் படி, ராகம் போட்டு"ண்ணெல்லாம் பொத்தய நாய்க்கரு சொல்லிப்பாத்தா ராம். ம்ஹுூம்! அவம் படிச்ச படிப்பு அம்புட்டுத்தான்னு விட்டுட்டாராம்.'[64]

மௌன வாசிப்புக்குப் பழக்கப்பட்ட பள்ளிக்கூட மாணவன் எவ்வாறு வாய்விட்டு, ராகம் போட்டுப் படிக்க முடியும்! நடுத்தர வர்க்கத்து வாசிப்பைப் பற்றிய அடித்தள மக்களின் கேலி இது.

இதைப் போன்ற சடங்கு நிகழ்வுகளின்போது ஆண்கள் முன்னின்றனர் எனில், பெண்கள் தமக்கேயுரிய நிகழ்வுகளில் கூட்டு வாசிப்பில் ஈடுபட்டனர். அத்தகைய நிகழ்ச்சி யொன்றைக் கி. ராஜநாராயணனே விவரிக்கிறார்.

> x மாதிரி ஒரு கோர்வைப் பலகை ஒன்று. அதில் கனமான கம்பராமாயண வசன புஸ்தகத்தை வைத்துக் கொண்டு இரவு வெகுநேரம் வரைக்கும் பெண்கள் புடைசூழ (நாச்சியாரம்மா) உரக்க ராகமிட்டு வாசிப் பாள். வாசித்துக் கொண்டே வரும்போது இவளும் மற்றப் பெண்களும் கண்ணீர் விடுவார்கள். கண்ணீரைத் துடைத்துக் கொண்டே தொண்டை கம்மத் திரும்பவும் ராகமிட்டு வசனத்தைப் பாடுவாள்.[65]

இக்கூட்டு வாசிப்பின்போது கண்ணீர் விடுவதும் மூக்குச் சிந்துவதும் இயல்பு. ஒடுக்குமுறை மிகுந்த தந்தைமைச் சமூகச் சூழலில் பாலின ஒற்றுமை இந்நிகழ்வுகளில் துளிர்விட்டது. சீதையின் துன்பங்களிலும் நல்லதங்காளின் அலைக்கழிவு களிலும் இப்பெண்கள் தங்களை இனங்கண்டு கொண்டார்கள்.

இவ்வாறு வாய்விட்டு, ராகம் போட்டு, குழுவாகப் படிப்பது நடுத்தர வர்க்கத்தினரின் தனியான, அமைதிச் சூழலில் மௌனமாக வாசிப்பதற்கு மாறாக இருந்தது. ஒரு பனுவலை நுகர்வதற்கு எழுத்தறிவுகூட இன்றியமையாததன்று என்ற நிலையும் இருந்தது. நடுத்தர வர்க்கத்தின் வாசிப்பு முறை, இதை ஒழித்துத் தன்னை நிலைநாட்டிக்கொள்ள முயன்றாலும், இது மேலும் வளரவே செய்தது. தேர்ந்த வணிகத் தந்திரம் உடையவ ரான *தினத்தந்தி*யின் நிறுவனர் சி. பா. ஆதித்தன், அதன் தொடக்க விழாவிலேயே பின்வருமாறு உரையாற்றினார்.

கிராமங்களில் இன்றுகூடப் பார்க்க முடியும். பெற்றோர்கள் படிக்காதவர்களாக இருக்கலாம். படிக்க வைத்த பிள்ளைகளைக் கொண்டு பாரதம், இராமாயணம் போன்ற கதைகளைப் படிக்கச் சொல்லிக் கேட்டுக் கொண்டு இருப்பார்கள். இதே போல் பத்திரிகைகளையும் படிக்கச் சொல்லிக் கேட்கும் பழக்கம் நாளடைவில் அவர்களுக்கு வந்துவிடும்.[66]

சி. பா. ஆதித்தனின் தீர்க்கதரிசனம் வீண் போகவில்லை. இரண்டாம் உலகப் போரையொட்டி கோபல்ல கிராமத்திற்கு அஞ்சலகமும் பத்திரிகைகளும் வந்துவிடுகின்றன. 'சாய்ந்திரமானால் நுன்ன கொண்டார் வீட்டுத் திண்ணையில் பேப்பர் படிக்கக் கூடும் கூட்டத்தைப் பார்க்கலாம். அதில் முக்கியமாக வாத்தியார் சுப்பையாச் செட்டியாரின் சத்தம் போட்டு வாசிக்கும் குரல் ரொம்பத் தூரம் கேட்கும், "மணி கொண்டடிச்ச மாதிரி"...'[67]

சான்றுக் குறிப்புகள்

1. கோவை அ. அய்யாமுத்து, *எனது நினைவுகள்*, சென்னை, 1973, ப. 99.

2. *புதுவை முரசு*, 25.5.1931; மறுபதிப்பு : பாரதிதாசன், *மானுடம் போற்று*, சென்னை, 1984, ப. 89.

3. நாமக்கல் வெ. இராமலிங்கம் பிள்ளை, *என் கதை*, சென்னை, 1944, ப. 82-5.

4. க. நா. சுப்ரமண்யம், *முதல் ஐந்து தமிழ் நாவல்கள்*, சென்னை, 1957, ப. iii. க. நா. சு. மற்றோர் இடத்திலும் இதை நினைவுகூர்ந்துள்ளார் : *நாவல் கலை*, சென்னை, 1985, ப. 90-1.

5. மேலது, ப. iii.

6. *ஆனந்த விகடன்*, 17.12.1934, மேற்கோள் : சுந்தா, *பொன்னியின் புதல்வர்*, சென்னை, 1976, ப. 61-2. 'மேனகா நாவல் வெளிவந்தபோது அதைப் படிக்காதவர்கள் இல்லை' என்று தம் இளமைக் காலத்தை நினைவுகூரும் வரலாற்றாசிரியர் ந. சுப்ரமண்யனும் இவ்வெகுசன நாவல்களைத் தான் மட்டுமல்லாமல், தம் தந்தை ந. பலராம அய்யரும் (பரிதிமாற் கலைஞரின் தலைமாணாக்கருள் ஒருவர்) 'புறநானூற்றையும் தொல்காப்பியத்தையும் அப்புறம் பார்த்துக் கொள்ளலாம்' என்று கீழே வைத்துவிட்டுப் படித்ததாகக் கூறியுள்ளார்

(ப. 93). ரெய்னால்ட்ஸ் நாவல்களைப் படிப்பதிலுள்ள ஆர்வத்தையும் அவர் பதிவு செய்துள்ளார் (ப. 209, 417, 419 - 20): *என் வாழ்க்கை வரலாறு: இரு வேறு உலகத்தியற்கை*, உடுமலைப்பேட்டை, 1993.

7. ஆர். கே. நாராயண், *சுவாமியும் சிநேகிதர்களும்*, சென்னை, 1939, ப. i, கல்கி அணிந்துரை.
8. க. நா. சுப்ரமண்யம், *படித்திருக்கிறீர்களா?* 2, சென்னை, 1958, ப. 104-5.
9. *ஆனந்த விகடன்*, 17.2.1934, மேற்கோள் : சுந்தா, *பொன்னியின் புதல்வர்*, ப. 61-2.
10. கி. சாவித்திரி அம்மாள், 'நான் படித்த முதற் கதைகள்', *பாரதமணி*, செப்டம்பர் 1944.
11. குமுதினி, 'என் புத்தகங்கள் 1', *கலைமகள்*, தொகுதி 7, மே 1935, ப. 439.
12. க. நா. சுப்ரமண்யம், *படித்திருக்கிறீர்களா?* 2, ப. 68.
13. *ஆனந்த விகடன்*, 10.6.1933, மேற்கோள் : சுந்தா, *பொன்னியின் புதல்வர்*, ப. 66-7. அழுத்தம் நூலாசிரியருடையது.
14. *ஆனந்த விகடன்*, 17.2.1934, மேற்கோள் : சுந்தா, *பொன்னியின் புதல்வர்*, ப. 61-2.
15. க. நா. சு., *முதல் ஐந்து தமிழ் நாவல்கள்*, ப. ii.
16. பம்மல் சம்பந்த முதலியார், *என் சுயசரிதை*, சென்னை, 1963, ப. 8.
17. இந்திரா பார்த்தசாரதி நேர்காணல், *சுபமங்களா*, ஜூன் 1993; சுஜாதா, 'தோரணத்து மாவிலைகள்', *கல்கி தீபாவளி மலர்*, 1992.
18. கல்கி, *தியாக பூமி*, சென்னை, 1968, ப. 23 (1939இல் எழுதப்பட்டது).
19. குமுதினி, 'என் புத்தகங்கள்', *கலைமகள்*, தொகுதி 7 (?), 1935(?), ப. 476.
20. 'Remembered Books', *Indian Review*, November 1946.
21. கிருத்திகா, *வாஸவேச்வரம்*, ('நான் எழுத வந்த கதை': பின்னுரை), சென்னை, 1991, ப. 162-3, 165.
22. ஜநாநந்தினி, 1891; மறுபதிப்பு : ஏ. கே. செட்டியார், *தமிழ் நாடு (பயணக் கட்டுரைகள்)*, சென்னை, 1968, ப. 48.
23. *அமிர்தகுண போதினி*, 15.6.1926; மறுபதிப்பு : ஏ. கே. செட்டியார், *தமிழ்நாடு*, ப. 73.
24. கல்கி, *கணையாழியின் கனவு*, சென்னை, 1938, டி. கே. சி. அணிந்துரை.

25. கல்கி, *அலை ஓசை*, சென்னை, 1978, ப. III *(1953இல் எழுதிய முன்னுரை)*.

26. கா. சி. வேங்கடரமணி, *தேசபக்தன் கந்தன்*, சென்னை, 1986, ப. 82 *(முதல் பதிப்பு 1942)*.

27. க. நா. சு., *இலக்கியச் சாதனையாளர்கள்*, சிதம்பரம், 1985, ப. 189.

28. சாண்டில்யன், *போராட்டங்கள்*, சென்னை, 1987, ப. 54.

29. உ. வே. சாமிநாதையர், *என் சரித்திரம்*, ப. 148.

30. குமுதினி, 'முகவுரை', *ஆனந்த விகடன்*, 1.9.1932.

31. 'On Libraries', *Hindu*, 23.9.1951 in *The Hindu Speaks: On Libraries*, 1992, p. 92.

32. ச. ம. நடேச சாஸ்திரி, *தீனதயாளு*, சென்னை, 1985, ப. 7 *(முதல் பதிப்பு 1902)*.

33. உ. வே. சாமிநாதையர், *நினைவு மஞ்சரி I*, சென்னை, 1991, ப. 19-20 *(முதல் பதிப்பு 1940)*. அழுத்தம் நூலாசிரியருடையது.

34. *மணிக்கொடி*, 15.12.1936 *(ஜெயபாரதி மதிப்புரை)*.

35. மேற்கோள் : சிட்டி, சிவபாதசுந்தரம், *தமிழ் நாவல்: நூறாண்டு வரலாறும் வளர்ச்சியும்*, சென்னை, 1977, ப. 102.

36. மறைமலையடிகள் நாட்குறிப்பு, 30.9.1914. மறைமலையடிகள் தம் நாட்குறிப்புகளை ஆங்கிலத்தில் எழுதியுள்ளார். தமிழாக்கம் நூலாசிரியருடையது.

37. மேலது, 8.12.1906

38. குமுதினி, 'என் புத்தகங்கள் 4', *கலைமகள்* தொகுதி 7(?), 1935(?), ப. 476. இதன் தொடர்பில் வால்டர் பெஞ்சமின் எழுதிய 'On Unpacking My Library' என்ற கட்டுரை நினைவுக்கு வருகிறது : Walter Benjamin, *Illuminations*.

39. கி. வா. ஜகந்நாதன், 'பழம் புஸ்தகங்கள்', *சுதேசமித்திரன்* (வாரப்பதிப்பு), 26.12.1943.

40. நடேச சாஸ்திரி, *தீனதயாளு*, ப. 99.

41. *மணிக்கொடி*, 1.11.1937.

42. 'சுப்பையா பிள்ளையின் காதல்கள்' (1939), *புதுமைப் பித்தன் கதைகள் (முழுத் தொகுப்பு)*, (ப - ர்) ஆ. இரா. வேங்கடாசலபதி, நாகர்கோவில், 2000, ப. 572.

43. சொ. மெய்யப்பன், 'வாசகசாலைகளின் பயன்', *குமரன்*, 18.1.1934.

44. *சுதந்திரச் சங்கு, 20.7.1933.*

45. R.K. Narayan, 'On Libraries', in *The Hindu Speaks: On Libraries*, pp. 92-3.

46. *குமரன், 30.7.1927.*

47. கல்கி, *ஏட்டிக்குப் போட்டி*, சென்னை, *1965 (1930களில் எழுதப்பட்ட கட்டுரைகள்).*

48. *மணிக்கொடி*, 15.8.1937. இக்கட்டுரையின் முழுவடிவத்திற் கும், புதுமைப்பித்தன் எழுதிய மதிப்புரைகளுக்கும் காண்க: ஆ. இரா. வேங்கடாசலபதி (ப - ர்), *புதுமைப் பித்தன் கட்டுரைகள்*, நாகர்கோவில், 2002.

49. கடலூர் வெ. இராமச்சந்திரன், 'இரவல் படிப்பு', *அமிர் தகுண போதினி*, 16.7.1932. எம். என். முத்துக்குமார சாமி பாவலர், *சர்தார் பகத்சிங் சரித்திரம்*, திருப்பாதிரிப் புலியூர், 1931 என்ற நூலில் அதன் ஆசிரியர் 'இனாம், இரவல், கடன்' கேட்காமல் நூல்களையும் பத்திரிகை களையும் வாங்கிப் படித்து ஆதரிக்குமாறு கேட்டுக் கொள்கிறார்.

50. *பாரதமணி*, மே 1945.

51. கல்கி, *அலை ஓசை*, ப. III.

52. எஸ். சத்தியமூர்த்தி, *அருமைப் புதல்விக்கு*, சென்னை, 1986 (முதல் பதிப்பு 1945). சத்தியமூர்த்தி ஆங்கிலத்தில் எழுதிய கடிதங்களைத் தமிழில் மொழிபெயர்த்தவர் நீலமேகம்.

53. *மேலது* ப. 239, 29.7.1941 கடிதம்.

54. *மேலது*, ப. 46, 237, 9.6.1941, 28.7.1941 கடிதங்கள்

55. *மேலது*, ப. 46, 9.6.1941 கடிதம்.

56. *மேலது*, ப. 46, 9.6.1941 கடிதம்.

57. *மேலது*, ப. 235-40, 28.7.1941, 29.7.1941 கடிதங்கள்.

58. வை. கோவிந்தன், 'புத்தகமும் வித்தகமும்', *சக்தி*, மார்ச் 1941, அழுத்தம் நூலாசிரியருடையது.

59. இந்நூலாசிரியர் விரைவில் வெளியிடவிருக்கும் *முச்சந்தி இலக்கியம்* என்ற நூலில் இது விரிவாகப் பேசப்படுகிறது. இதன் ஆங்கிலச் சுருக்க வடிவத்திற்குக் காண்க : A. R.Venkatachalapathy, 'Songsters of the Crossroads: Popular Literature in Colonial Tamilnadu', *South Indian Folklorist*, 3(1), October 1999.

60. G.O. No. 1145, Public (General), Confidential, 2.9.1932; G.O. No. 1202, Public (General), Confidential, 24.9.1932;

G.O. No. 1582, Public (General), Confidential, 8.12.1932;
G.O. No. 108, Public (General), Confidential, 30.1.1933.

61. *எங்கள் ஊர்*, சென்னை, 1957, ப. 136.
62. இத்தகவல்களை எனக்குக் கூறியவர் ஆ. சிவசுப்பிர மணியன்.
63. கி. ராஜநாராயணன், *கிடை குறுநாவலும் பன்னிரண்டு சிறுகதைகளும்*, சிவகங்கை, 1983, ப. 86.
64. கி. ராஜநாராயணன், *கோபல்லபுரத்து மக்கள்*, சிவகங்கை, 1990, ப. 99 - 100. அழுத்தம் நூலாசிரியருடையது.
65. 'கன்னிமை', *கிடை*, ப. 7.
66. *தினத்தந்தி பொன்விழா மலர்*, 1993, ப. 119.
67. கி. ராஜநாராயணன், *கோபல்லபுரத்து மக்கள்*, ப. 202.

4

வாசகர்கள் :
பரப்பும் பின்புலமும்

தமிழ்ச் சமூகத்தில் நாவலின் நிலைபேற்றோடு, வாசிப்புப் பழக்கங்களின் மாற்றத்தையும் சென்ற இயலில் கண்டோம். இக்காலப் பகுதியில் நாவல்களையும் அதனையொத்த பிற நூல்களையும் வாசித்தவர்கள் யார், அவர்களுடைய சமூகப் பின்னணி என்பன போன்றவற்றை இவ்வியலில் துணிய முயல்வோம்.

நாவலின் பெருக்கமும் அதனோடியைந்த வாசகர்களின் உருவாக்கமும் விரிவும் ஐயத்திற்கிடமில்லாமல் புலனாகின்றன. ஆனால் அவ்வாசகர்களின் அளவையும், சமூகப் பின்னணியை யும் பருண்மையாக மதிப்பிடத்தக்க சான்றுகள் இல்லை. பத்தொன்பதாம் நூற்றாண்டின் பிற்பகுதியில் புரவலர்களை நம்பி நடந்த தமிழ் நூல் வெளியீடு, இருபதாம் நூற்றாண்டில் அத்தகைய முறையிலிருந்து விலகிச் செல்லலாயிற்று. இப் போக்கு பாரதியின் எழுத்து வாழ்க்கையைப் பற்றிய ஆய்வின் மூலம் ஏற்கெனவே நிறுவப்பட்டுள்ளது.[1] புரவலர்களிடமிருந்து நூல்களை மக்களையும் சந்தையையும் நோக்கித் திருப்பியதில் நாவலுக்கு முக்கியப் பங்குண்டு என்பது வெளிப்படை.

ஏராளமாக வெளிவந்த நாவல்கள் எவ்வளவு அச்சிடப்பட் டன என்பது பற்றிய தீர்மானமான புள்ளிவிவரங்கள் இல்லை. அத்தகைய விவரங்கள் இருப்பின், நூல்களின் எண்ணிக்கையைக் கொண்டு ஒருவாறு வாசகர்களின் எண்ணிக்கையைக் கணக்

82 ● நாவலும் வாசிப்பும்

கிடலாம். அவ்வாறு இல்லாத நிலையில் பிற வழிகளிலேயே ஊகிக்க வேண்டியுள்ளது. ஜே. ஆர். ரங்கராஜுவின் நாவல்கள் பதிற்றுக்கணக்கான பதிப்புகள் வெளியாயின என்று கண்டோம். அன்று முதல் இன்று வரை தமிழ்ப் பதிப்புலகில், பதிப்புக்கு ஆயிரம் பிரதிகள் என அச்சிடுவதே வழக்கம். பதிப்புகளையும் அச்சிட்ட பிரதிகளின் எண்ணிக்கையையும் பெருக்கிப் பார்த்தால் நாவல்களின் எண்ணிக்கையை மதிப்பிட இயலும். ஜே. ஆர். ரங்கராஜு குறைவான நாவல்களை எழுதியிருக்க, ஆரணி குப்புசாமி முதலியாரும், வடுவூர் துரைசாமி அய்யங்காரும், வை. மு. கோதைநாயகி அம்மாளும், எஸ்.எஸ். அருணாகிரிநாதரும் ஏராளமான நாவல்களை எழுதினர் என்பதையும் மறப்பதற்கில்லை. மேலும், ஆரணியார், வடுவூராரின் சில நாவல்கள் பல பகுதிகளாக அமைந்திருந்தன என்பதையும் நிலைவில் கொள்ளவேண்டும். பதிப்பகங்களின் அலுவலகப் பதிவேடுகள் முதலான ஆவணங்கள் கிடைக்கப் பெறாத நிலையில் இது பற்றி மேலதிகச் செய்திகள் அறிய முடியவில்லை.

அக்காலத்து இதழ்கள் சிலவற்றின் சுற்றெண்ணிக்கையைக் கொண்டு, நாவல் வாசகர்களின் எண்ணிக்கையையும் பரப்பையும் ஓரளவு மதிப்பிடலாம். *ஆனந்த போதினி* தனது முதலாண்டு இறுதியிலேயே (1916), 5000 சந்தாதாரர்களைச் சேர்த்து விட்டதாகக் கூறியது.[2] 1933ஆம் ஆண்டளவில், 50,000 பிரதிகள் அச்சிடுவதாக *ஆனந்த விகடன்* கூறியது.[3] 1941இல் *ஜகன் மோகினி* 10,000 படிகள் விற்பனையானதெனச் சொல்லப்படுகிறது.[4] ‘தமிழ் வாசிப்பவர்கள் நாற்பதினாயிரம் ஐம்பதினாயிரம் என்றெல்லாம் ஏற்படலாயிற்று’ என்ற டி.கே.சி.யின் அவதானிப்பையும் இங்கு நினைவுகூர்வோம்.[5] சந்தாதாரர்கள் தவிர்த்த, விற்பனை முகவர்கள் வழியான *ஆனந்த விகடன்* விற்பனை எண்ணிக்கையை அட்டவணை 1 காட்டுகின்றது. தமிழ்நாட்டின் எல்லாப் பகுதிகளையும் *ஆனந்த விகடன்* எட்டிவிட்டதென இதிலிருந்து தெரிகிறது. சென்னை, தஞ்சாவூர், கோயம்புத்தூர், திருச்சி, மதுரை, திருநெல்வேலி, இராமநாதபுரம் ஆகிய மாவட்டங்களில் அது காலூன்றியதையும், வெகுசன வாசிப்புக்குரிய அச்சு நூல்கள் பரவலாகிவிட்டதையும் இது காட்டுகிறது.

ஆனால் இத்தகைய புள்ளிவிவரங்கள் வழியாக வாசகர்களின் சமூகப் பின்புலத்தை அறிய இயலாது. இதற்கு வேறு சான்றுகளையே தேட வேண்டும். அத்தகைய சான்றுகள் தமிழ்ச் சமூகத்தில் அருமை என்பதைச் சொல்ல வேண்டியதில்லை. நல்லூழாக இதற்கிசைந்த ஆவணம் ஒன்று கிட்டியுள்ளது. மறைமலையடிகள் தாம் விற்பனை செய்த நூல்களை வாங்கியவர்களின் முகவரிப் பதிவேட்டை வைத்திருந்திருக்கிறார். இப்பதிவேட்டின் இரண்டாம் பாகம், 20 ஏப்ரல்

1923 என்ற நாளிட்ட 906ஆம் பதிவிலிருந்து 10 ஆகஸ்டு 1930 என்ற நாளிட்ட 1852ஆம் பதிவு வரை கொண்டுள்ளது.[6] மொத்தம் 956 வாசகர்களின் பட்டியலும் முகவரியும் இதில் உண்டு. மறைமலையடிகளின் வாசகர்களைக் கொண்டு, தமிழ் நாவல்களின் வாசகர்களை மதிப்பிட இயலாதென்றாலும், வேறு சான்றுகள் இல்லாத நிலையில், மறைமலையடிகளின் முகவரிப் பதிவேட்டைக் கொண்டு தோராயமான ஒரு மதிப் பீட்டுக்கு வரலாம். மறைமலையடிகள் சில நாவல்களையும் எழுதியவர் என்பதையும் நினைவுபடுத்திக்கொள்வோம்.

956 வாசகர்களில் 556 பேர் சென்னை மாகாணத்தின் தமிழ்ப் பகுதிகளைச் சேர்ந்தவர்கள். இலங்கை 202, பர்மா 64, மலேயப் பகுதிகள் 34. தமிழ்நாட்டைச் சேர்ந்த 556 பேரில் 59 பேர் சென்னை நகரையும் அதன் சுற்றுப்புறத்தையும் சேர்ந்தோர். திருச்சி, மதுரை, கோவை ஆகிய நகரங்களைச் சேர்ந்தோர் 48. பிற நகரங்களைச் சேர்ந்தோர் 139. கிராமப் புறங்களைச் சேர்ந்தோர் 310. தமிழ் வாசகர்கள் நகரங்களைச் சேர்ந்தோர் என்ற பொதுவான எண்ணத்தை இப்புள்ளிவிவரம் கேள்விக்குள்ளாக்குகிறது.

முகவரிப் பதிவேட்டில் பெயர்களுக்குப் பின் குறிக்கப்பட் டுள்ள கல்வித் தகுதியைக் காட்டும் எழுத்துக்களைக் கொண் டும் சில செய்திகளை அறியலாம். 21 பேர் பி.ஏ. பட்டதாரிகள். இந்த 21 பேரில் 4 பேர் சட்டப் பட்டமும், 5 பேர் கல்வியியல் பட்டமும் பெற்றவர்கள். இருவர் எம்.ஏ பட்டதாரிகள். இளங் கலைக்குக் குறைவான படிப்பைப் பெயருக்குப் பின் குறிப்பிடு வது வழக்கமில்லையாதலால், பிற வாசகர்களுடைய கல்வித் தகுதி பற்றித் தெரியவில்லை. இவர்களுள் பலர் பள்ளிப் படிப்பேனும் பெற்றிருக்கலாம் என எண்ண இடமுண்டு.

முகவரிப் பதிவேட்டில் உள்ள தகவல்களின் அடிப்படையில் அட்டவணை 2 தயாரிக்கப்பட்டுள்ளது. இதிலிருந்து வாசகர் களின் பணி பற்றிய மதிப்பீட்டுக்கு வருவதோடு அவர்களின் வர்க்கப் பின்புலத்தையும் உணரலாம். பெரும்பாலும் அவர்கள் நடுத்தர வர்க்கத்தினராக உள்ளது தெரிகிறது. வாசகர்களில் பலர் ஆசிரியர்களாகவும் மாணவர்களாகவும், வணிகர்களாக வும் இருந்துள்ளனர். இது ஓரளவுக்கு எதிர்பார்க்கத் தக்கதே. ஆனால், வளையல் விற்போர் இருவரும், சேலம் இரயில் நிலையத்தில் விலை கூவி விற்பவர் ஒருவரும் (இவர் மறை மலையடிகளின் *வேளாளர் நாகரிகம்* நூலை வாங்கியிருக்கிறார்) வாசகர்களாக இருந்திருப்பது கவனத்திற்குரியது.

சாதிப் பின்புலத்தை மதிப்பிட முயல்வது அதனினும் சிக்கலானது. பெயர்களின் பின்னொட்டாக அமைந்துள்ள

சாதிப் பட்டங்களைக் கொண்டு சாதியை நிர்ணயிப்பது இடர்ப்பாடு மிகுந்தது. சாதிப் பட்டங்கள் சிலவற்றை ஏறத்தாழ அனைத்துச் சாதியினரும் கைக்கொள்கின்றனர். இவ்வகையில் 'பிள்ளை' பட்டத்தை எடுப்பார் கைப்பிள்ளை என்றே சொல்ல லாம். இருப்பினும் இத்தகவலைக் கொண்டே அட்டவணை 3 தயாரிக்கப்பட்டுள்ளது.

மறைமலையடிகளின் வாசகர்களில் பலர் பிள்ளைப் பட்ட மும் முதலியார் பட்டமும் தாங்கியிருப்பது வியப்பிற்குரிய தில்லை. இவர்களும் பலர் வேளாளச் சாதிகளைச் சேர்ந்தோர் என்று கொள்வதில் பிழை இருக்க முடியாது. பர்மா முதலான பகுதிகளின் செட்டியார் வணிகர்கள் மறைமலையடிகளின் வாசகர்களாக இருந்தது தெரிகிறது. இரண்டாம் உலகப் போருக்குப் பின்பு பர்மா, மலேயா போன்ற இடங்களிலிருந்து அகன்ற செட்டியார் மூலதனம் 1940களிலும் '50களிலும் தமிழ்ப் பதிப்புத் தொழிலிலும் இடப்பட்டதற்கு இதை முன் னோட்டமாகக் கொள்ளலாம். பார்ப்பனர்கள் மறைமலை யடிகளின் வாசகர்களில் அதிகமாக இல்லாதது எதிர்பார்க்கக் கூடியதே. இத்தரவு, தமிழ் வாசகருலகின் பொதுப்போக்கிற்கு மாறானது என்பது உறுதி. தலித் சாதிகளைச் சேர்ந்தோர் பற்றிய குறிப்பை இப்பதிவேட்டிலிருந்து அறிய இயலவில்லை. இவர்களைத் தவிர 13 முஸ்லிம்களையும், 22 கிறித்தவர்களையும் அடையாளம் காண முடிகின்றது.

வாசகர்களின் வயது பற்றிய தகவல்களை இப்பதிவேட்டிலி ருந்து அறிய இயலவில்லை. மேலும், ஏறத்தாழப் பெண்கள் பெயரே இதிலில்லை என்பது கவனத்திற்குரியது. வாசகர்களில் பெண்கள் மிக முக்கியமான பகுதியாக இருந்தனர் என்பது தெளிவு. மறைமலையடிகளின் முகவரிப் பதிவேடு இந்த மெய்ம்மையைப் பிரதிபலிக்கவில்லை. (1930களின் இறுதியில் *ஆனந்த விகடன்* நடத்திய பல பரிசுப் போட்டிகளில் பங்கு கொண்டு வெற்றி பெற்றவர்களின் பெயர்களை அதன் இதழ் களில் காண முடிகின்றது. அவற்றில் நூற்றுக்கணக்கான பெண் பெயர்கள் உள்ளன.)

மற்றபடி சமகாலப் பதிவுகளிலிருந்து தமிழ் வாசகர்களின் எண்ணிக்கை, சமூகப் பின்புலம், பரப்பு ஆகியன பற்றிக் கிடைக்கும் மனப்பதிவை மறைலையடிகளின் முகவரிப் பதிவேட்டிலிருந்து கிடைக்கும் புள்ளிவிவரங்கள் பொதுவாக உறுதிப்படுத்துகின்றன என்று சொல்லலாம்.

அட்டவணை 1

ஆனந்த விகடன்: முகவர் வழி விற்பனை, 1933

சென்னை	3435
கோயம்புத்தூர்	2025
தஞ்சாவூர்	2070
மதுரை	1441
திருநெல்வேலி	1050
திருச்சி	1022
இராமநாதபுரம்	857
தென் ஆர்க்காடு	581
வட ஆர்க்காடு	300
சேலம்	455
செங்கல்பட்டு	181
புதுக்கோட்டை	125
நீலகிரி	115

சான்று: ஆனந்த விகடன், 10.6.1933

அட்டவணை 2

தமிழ் வாசகர்கள், 1923-30 : பணி நிலை

நூல் விற்பனையாளர்கள்	37
ஆசிரியர்கள், புலவர்கள்	87
வணிகர்கள்	49
எழுத்தர்கள்	47
நூலாசிரியர்கள், அறிஞர்கள்	15
மாணவர்கள்	19
பிரமுகர்கள்	49
அதிகார வர்க்கத்தினர்	14
பூசாரிகள், தம்பிரான்கள்	16
மிராசுதார், ஜமீன்தார், நிலக்கிழார்	9
கமிஷன் முகவர்	8
பொறியாளர்கள்	3
வழக்குரைஞர்கள்	9
மருத்துவர்கள்	4
சுதேச மருத்துவர்கள்	6
ஜோதிடர்	2
அஞ்சலக ஊழியர்	9
தாசில்தார்/ கர்ணம்	2
அச்சக மேலாளர்	3
இரயில் நிலைய விற்பனையாளர்	1
வளையல் விற்போர்	2

சான்று: மறைமலையடிகள் முகவரிப் பதிவேடு 2, 1923-30

அட்டவணை 3

தமிழ் வாசகர்கள், 1923-30 : சாதிப் பின்புலம்

பிள்ளை	215
முதலியார்	61
செட்டியார்	92
பார்ப்பனர்	35
கவுண்டர்	27
கோனார்	3
படையாச்சி	2
ரெட்டியார்	12
ஆசாரி	6
நாடார்	13
தேசிகர்	10
நாயுடு/நாய்க்கர்	14
உடையார்	1
மூப்பனார்	1
சேர்வை	3
தேவாங்கர்	1
கருணிகர்	2

சான்று: மறைமலையடிகள் முகவரிப் பதிவேடு 2, 1923-30

சான்றுக் குறிப்புகள்

1. ஆ. இரா. வேங்கடாசலபதி, அந்தக் காலத்தில் காப்பி இல்லை முதலான ஆய்வுக் கட்டுரைகள், நாகர்கோவில், 2000, இயல் 3 : 'நமக்குத் தொழில் கவிதை : பாரதியின் எழுத்து வாழ்க்கை'.
2. ஆனந்த போதினி, ஜூன் 1916.
3. ஆனந்த விகடன், 26.11.1933.
4. அரங்க. சீனிவாசன், எழுத்துலக நாயகி, சென்னை, 1988, ப. 97.
5. கல்கி, கணையாழியின் கனவு, சென்னை, 1938, டி.கே.சி. யின் அணிந்துரை, ப. ix - x.
6. மறைமலையடிகள் முகவரிப் பதிவேடு 2, 1923-30. மறைமலையடிகள் நூல்நிலையத்தில் உள்ளது.

5

நாவலாசிரியர்கள்:
வாழ்க்கை வரலாற்றுக் குறிப்புகள்

ஆரணி குப்புசாமி முதலியார்[1]

ஆரணி குப்புசாமி முதலியார் 1866ஆம் ஆண்டில் திரு வண்ணாமலை மாவட்டம் ஆரணியில் பிறந்தவர். (அவர் மறைந்தபொழுது வெளியான ஆனந்த போதினி இரங்கலுரை, அவர் பிறந்த நாளை அக்ஷய வருடம் கார்த்திகை 22 என்று குறிப்பிடுகிறது. இது 1866 டிசம்பரில் அமையும். கலைக்களஞ்சியமோ (10ஆம் தொகுதி, ப. 211) 1867 என்று குறிப்பிடுகிறது. இது பிழை.) மெட்ரிக்குலேஷன் தேறியவர். திருவண்ணாமலை ஈசானிய மடம் மகாதேவ சுவாமிகளிடம் தீக்கை பெற்றவர்.

கொழும்பில் சஞ்சீவிகரணி என்ற இதழுக்கு ஆசிரியராகவும், வேலூரில் ஆசிரியராகவும், ஆப்காரி துறையில் உப்புப் பிரிவில் ஆய்வாளராகவும் பணியாற்றினார்.

இவர் எழுதிய முதல் நாவல் லீலா. 75 நாவலுக்கு மேல் எழுதினார். அவற்றையெல்லாம் வெளியிட்டது ஆனந்த போதினி. இவர் மறைந்த நாளன்று ஆனந்த போதினி அலுவலகம் அரை நாள் விடுமுறை விட்டது.

வேதாந்த ஈடுபாடு மிக்கவர். இந்துமத உண்மை, கைவல்ய நவநீத வசனம், பகவத் கீதை வசனம் (முற்றுப்பெறாதது) ஆகியவற்றையும் எழுதினார்.

ஆரணி குப்புசாமி முதலியார் 24.1.1925ஆம் நாள் சென்னை யில், அவருடைய புரசைவாக்கம் இல்லத்தில் காலமானார்.

அவர் மறைந்தபொழுது கி. ஆ. பெ. விசுவநாதம் எழுதிய இரங்கற்பா:

ஆங்கிலநற் றமிழென்னும் அருங்கடல்க
ளிரண்டினையும் ஆழங்கண்டே
ஓங்குதிரு யோகமுதல் ஞானமெலாங்
குவித்தெடுத்திவ் வுலகுக்கீந்து
பாங்குமிகு புகழ்படைத்த நற்குப்புச்
சாமியெனும் பாவலோனே!
ஈங்கெவரும் போற்றுபுகழ் அண்ணாவோ!
எங்கொளித்தாய்? இயம்புவாயே!

நம்பெரிய திருநாடு முன்னேற உளத்தெண்ணி
நாளும் நாளும்
உம்பரமு தனையதிருத் தமிழ்நாவல் பலவெழுதி
உலகுக் கீந்தோய்!
செம்பொருளைக் காண்புலவ திருக்குப்புச்
சாமியுனைத் தேவரூர்க்கும்
கம்பமத வெண்களிற்றோன் கதைசொலவோ
எடுத்தகன்றான்! கழறுவாயே!

ஜே. ஆர். ரங்கராஜு[2]

இவரது முழுப்பெயர் ஜெகதாபி ரகுபதி ரங்கராஜு. பெற்றோர் பெயர் ஸ்ரீரங்கராஜு, இலட்சுமி அம்மாள். 1875இல் பாளையங்கோட்டையில் பிறந்தார். மெட்ரிக்குலேஷன்வரை படிப்பு. தம் அண்ணன்மார்களோடு சேர்ந்து சென்னையில் வெண்ணெய் வணிகம் செய்தார். 1908 முதல் நாவல்கள் எழுதி வெளியிடலானார். சென்னை கிண்டியில் 1956இல் காலமானார்.

இவர் எழுதிய *வரதராஜன்* என்ற நாவலின் பல பகுதிகள் இலக்கியத் திருட்டு என்று வழக்குப் போடப்பட்டதாகவும், நீதிமன்றம் இவரைத் தண்டித்ததாகவும் க.நா.சு. குறிப்பிடு கின்றார். அதன் பிறகு பல காலம் உயிருடனிருந்தாலும் எதுவும் எழுதவில்லை என்றும் சொல்லப்படுகிறது.

ஜே. ஆர். ரங்கராஜுவின் நாவல்கள் நாடக மேடை யேறியுள்ளன. *இராஜாம்பாள்* திரைப்படமாகியுள்ளது (1939).

வடுவூர் துரைசாமி அய்யங்கார்[3]

தஞ்சை மாவட்டம் வடுவூரில் 1880இல் பிறந்தார். தந்தை: கிருஷ்ணசாமி அய்யங்கார், ஒரு மிராசுதார். சென்னைப் பல்கலைக்கழகத்தில் பி.ஏ. பட்டம் பெற்றார். வருவாய்த் துறை ஆய்வாளராகவும், அஞ்சல் தணிக்கை அலுவலகத்திலும் பணியாற்றி இருக்கிறார்.

1932இல் திருவல்லிக்கேணி பெல்ஸ் சாலையில் 'வடுவூர் இல்லம்' என்று ஒரு பெரிய வீட்டைக் கட்டினார்.

1919 முதல் சில காலம் மனோரஞ்சனி என்ற மாத இதழைத் தொடங்கி நடத்தி, அதில் தம் நாவல்களைத் தொடராகவும் வெளியிட்டார். கேசரி அச்சகம் என ஓர் அச்சகத்தையும் நடத்தினார். ஏறத்தாழ 40 நாவல்களும், சில நாடகங்களும் எழுதினார். தம் இறுதிக் காலத்தில், எகிப்திய பாரோக்கள் தமிழகத்திலிருந்து சென்ற அய்யங்கார்கள்தாம் என்று துணியும் Long Missing Links or the Marvellous Discoveries about the Aryans, Jesus Christ and Allah (1931) என்றொரு நூலை எழுதினார். *1942இல் இவர் காலமானார்.*

வை. மு. கோதைநாயகி அம்மாள் எழுதுவதற்குத் தூண்டு கோலாயிருந்தவர் இவரே என்றும் சொல்லப்படுகிறது.

இவருடைய *மேனகா, திகம்பர சாமியார்* முதலான நாவல்கள் திரைப்படமாகியுள்ளன.

சு. சு. அருணகிரிநாதர்[4]

*1895*இல் திருவண்ணாமலைக்கு அருகிலுள்ள சுரகுளத்தூரில் பிறந்தார். பெற்றோர்: கன்னியம்மாள், சுப்பராயர். நாகப் பட்டினத்தில் 10ஆம் வகுப்பு வரை படித்தார். பின்பு யாழ்ப் பாணம் கனகசபை பிள்ளையிடம் தமிழ் பயின்றார். வேலை தேடி 1916இல் சென்னைக்கு வந்தார். ச. பவானந்தம் பிள்ளை, கா. நமச்சிவாய முதலியார், மணி. திருநாவுக்கரசு முதலியார் போன்ற தமிழறிஞர்களோடும், நீதிக் கட்சியோடும் தொடர்பு கொண்டிருந்தார். 'திராவிடன்' துணையாசிரியராகவும் பணியாற் றினார். சென்னை முத்தியாலுப்பேட்டை உயர்நிலைப் பள்ளி யிலும், தொண்டை மண்டலத் துளுவ வேளாளர் உயர்நிலைப் பள்ளியிலும் தமிழாசிரியராகப் பணியாற்றி 1956இல் ஓய்வு பெற்றார். 1937இல் ஆனந்தசோதி என்றொரு மாத இதழை நடத்தினார். 1937 - 39 முதல் இந்தி எதிர்ப்புப் போராட்டத்தில் முக்கியப் பங்காற்றினார்.

ஏறத்தாழ 25 நாவல்களை எழுதினார். 'பள்ளிக்கூட ஆசிரிய ருக்குக் கிடைக்கும் ஊதியத்தைவிட நாவல் எழுதுபவர்களுக்கு அப்பொழுது அதிக ஊதியம் கிடைத்து வந்தமையால், அருண

கிரிநாதர் ஆசிரியர் தொழிலைவிட்டு நாவல் எழுதும் துறையில் ஈடுபட்டார்' என்கிறார் அவர் மகன் அருண. நடராசன்.

1974இல் மறைந்தார்.

வை. மு .கோதைநாயகி[5]

சென்னை திருவல்லிக்கேணியில் 1901இல் பிறந்தார். பெற்றோர்: நீர்வளூர் வெங்கடாச்சாரியார், பட்டம்மாள். ஐந்தரை வயதில் (1907) திருமணம். கணவர்: பார்த்தசாரதி. இவருக்கு இசையிலும் பயிற்சி உண்டு. இசைத்தட்டுகளைப் பதிவு செய் துள்ளார். இவருடைய முதல் நூல், *இந்திர மோகனா* (1924) என்ற நாடகம். 1925இல் *ஜகன்மோகினி* மாத இதழைப் பொறுப்பேற்று நடத்தலானார். 1959வரை இவ்விதழ் வெளியானது. தேசிய இயக்கத்தில் ஈடுபட்டுச் சிறைக்குச் சென்றிருக்கிறார்.

வை. மு. கோதைநாயகியின் முதல் நாவல் *வைதேகி* (1925). மொத்தம் 115 நாவல்கள் எழுதியிருக்கிறார். ஐந்து நாவல்கள் திரைப்படமாகியிருக்கின்றன: *அனாதைப் பெண்* (1937); *ராஜமோகன்* (1937); *தியாகக் கொடி* (1937); *நளினசேகரம்* (1942); *தயாநிதி* என்ற நாவல் *சித்தி* (1968) என்றானது.

1960இல் இவர் மறைந்தார்.

சான்றுக் குறிப்புகள்

1. இக்குறிப்பு *ஆனந்த போதினி,* பிப்ரவரி 1925 இதழில் வெளியான இரங்கலுரையின் அடிப்படையில் அமைந்தது. *கலைக்களஞ்சியம் 10*இல் உள்ள குறிப்பு முழுவதும் இதைக் கொண்டே எழுதப்பட்டதாகத் தெரிகிறது. அதில் வெளியிடப்பட்ட புகைப்படமும் *ஆனந்த போதினி* அலுவலகத்திலிருந்து பெற்றதாகக் குறிப்பிடப்பட்டுள்ளது.
2. *கலைக்களஞ்சியம் 10*இல் அமைந்த குறிப்பையும், க.நா.சு., *இலக்கியச் சாதனையாளர்கள்* (ப. 188-189) நூலில் உள்ள செய்திகளையும் கொண்டு எழுதப்பட்டது.
3. *கலைக்களஞ்சியம் 10;* தா. வே. வீராசாமி, 'வடுவூர் துரைசாமி அய்யங்கார்', *கலைமகள்* ஏப்ரல் 1979; Mary Grace Selvaraj, A Study of the Novels of Vatuvur K. Turaicami Iyyankar, உலகத் தமிழாராய்ச்சி நிறுவனம், அச்சிடப் படாத ஆய்வேடு, 1981. தா.வே. வீராசாமி கட்டுரைச் செய்திகளும், கிரேஸ் செல்வராஜ் வழங்கும் தகவல்களும் ஒத்துள்ளன. முதலில் தகவல்களைச் சேகரித்தவர் யார் எனத் தெரியவில்லை.

4. அருணா. நடராசன் (தொகுப்பு), *ஆசிரியமணி அருணகிரி நாதர்*, சென்னை, 1997.

5. அரங்க. சீனிவாசன், *எழுத்துலக நாயகி*, சென்னை, 1988, வை. மு. கோதைநாயகி பற்றி விரிவான செய்திகளைக் கொண்டுள்ளது. *ஜகன்மோகினி* வெள்ளிவிழாவை யொட்டி (1949) *கோதைநாயகி கலைச் செல்வமும் அருட் செல்வமும்* என்ற சிறுநூலைக் கே. எஸ். ராமஸ்வாமி சாஸ்திரி எழுதியுள்ளார். அண்மையில் திருப்பூர் கிருஷ்ணன், *கோதைநாயகியின் இலக்கியப் பாதை* (இலக்கியச் சிந்தனை), சென்னை, *1999* என்ற நூலும், சாகித்திய அக்காதெமியின் இந்திய இலக்கியச் சிற்பிகள் வரிசையில் இரா. பிரேமா, *வை. மு. கோதைநாயகி அம்மாள்*, புது தில்லி, 2001 என்ற நூலும் வெளிவந்துள்ளன. இரா. பிரேமா வின் நூலில் சில புதிய செய்திகள் உள்ளன.

முடிவுரை

இதுவரையான தமிழ் நாவல் வரலாறுகள் 'தோற்றம் - வளர்ச்சி - தொடர்ந்த முன்னேற்றம் - இடையிடைத் தேய்வு' என்ற சொல்லாடலுக்குள் பெரிதும் அமைந்துள்ளன. இதன் விளைவாக, அவை பத்தொன்பதாம் நூற்றாண்டின் இறுதிப் பகுதியில் எழுதப்பட்ட நாவல்களிலிருந்து தம் ஆராய்ச்சியைத் தொடங்குகின்றன. முதல் நாவல் எது என்பது பற்றிய கருத்து வேறுபாடுகள் இருந்தாலும், 'முதல் நாவல்' என்ற கருத்தாக்கம் நாவலின் வரலாற்றைப் புரிந்துகொள்வதற்கு இன்றியமையாதது என்ற புரிதல் அவற்றில் தொக்கியுள்ளது. இந்தத் தொடக்கப் புள்ளியிலிருந்து ஒரு நேர்க்கோட்டிலான முறையில் நாவலின் வரலாறு நவிலப்படுகிறது. வெகுசன நாவல்கள் மலிந்த இருபதாம் நூற்றாண்டின் முற்பகுதி என்ற 'இருண்ட கால'த்தைக் கடந்து, கல்கியின் வரவுக்குப் பின் தொடர்ந்த வளர்ச்சிப் போக்கை உடையதாக இது கட்டமைக்கப்படுகின்றது.

இதற்கு மாறாக இந்நூல் 'இருண்ட காலம்' பற்றிய ஆய்வின் மூலமாகத் தமிழ் நாவல் நிலைபெற்றதை வெளிச்சமிட்டுக் காட்டியுள்ளது. காலனியச் சூழலில் நவீனத்துவத்தை எதிர் கொண்ட நிலையில், 'நாவல்' என்ற மேலைக் கலைவடிவம், நடுத்தர வர்க்க அறிவாளர்களிடம் கடுமையான நெருக்கடியை உருவாக்கியது. நாவலின் பெருமளவிலான பரவல் அவர் களுக்குப் பண்பாட்டு அச்சத்தை ஏற்படுத்தியது. இரண்டு

உலகப் போர்களுக்கு இடைப்பட்ட காலத்தில் (1914 - 1939), நாவல் பற்றி விரிவான விவாதங்கள் நடந்தன. இவ்விவாதங் களில் நாவலின் வடிவம், உள்ளடக்கம், கருத்தியல், வாசகர்கள், வாசிப்பு முறை என்பன போன்ற முக்கியமான பல செய்திகள் விவாதிக்கப்பட்டன. மேலைப் பண்பாட்டின் வெளிப்பாடாகக் காணப்பட்ட வெகுசன நாவல்களின் தன்மைகளைத் தேர்ந் தெடுத்த முறையில் உள்வாங்கி, தமிழ்ச் சமூகத்திற்கென ஒரு நாவலை நடுத்தர வர்க்கம் உருவாக்கியது. இவ்வாறு நிலைபேறு பெற்ற நாவலுக்கு ஒரு தோற்றம் கற்பிக்கப்பட்டு, வேதநாயகம் பிள்ளை, பி. ஆர். ராஜம் அய்யர், அ. மாதவையா ஆகியோரின் நாவல்கள் தொடக்க கால நாவல்கள் என்று வரையறுக்கப்பட்டன. நவீன இலக்கியக் கருவூலத்தின் உரு வாக்கமும் இதன்வழி ஏற்பட்டது.

தமிழ்ச் சமூகத்தில் நாவலின் நிலைபேற்றோடு வாசகர் பெருக்கமும் பெருமளவு ஏற்பட்டது. அச்சு நூல்கள் சந்தையின் வழியே பொதுமக்களை அடைந்ததும் நாவல் நிலைபெற்றதும் ஒரே காலகட்டத்தில்தான் என்று சொல்லலாம். வாசகரின் அத்துணை பெரிய எண்ணிக்கைப் பெருக்கம் தமிழ் உலகம் அதுவரை கண்டிராதது. நாவல் பற்றிய விவாதங்களில் விரிவாகப் பேசப்பட்ட வாசகர்களின் அளவு, தரம், தன்மை பின்னால் எழுதப்பட்ட நாவல் வரலாறுகளில் ஆழமாகக் கவனிக்கப்படவில்லை என்பது வியப்புக்குரியது.

அச்சு ஊடகத்தின் பரவலாக்கத்தோடு நிலைபெற்ற தமிழ் நாவல், அதற்கு முற்பட்ட வாசிப்பு முறைகளில் முக்கியமான உடைவை ஏற்படுத்தியது. அச்சு ஊடகம் காலூன்றுவதற்கு முன்புவரை பெருவழக்காய் இருந்த வாய்விட்டு வாசிக்கும் முறையை நடுத்தர வர்க்கம் விலக்கி மௌன வாசிப்பு என்ற புதிய வாசிப்பு முறை தோன்றியது. நிறுத்தற் குறியீடுகள் போன்ற அச்சுப் பண்பாட்டைச் (print culture) சார்ந்த கட்புல அளவில் நூல் பக்கங்களில் ஏற்பட்ட மாற்றங்களும், காலனியச் சமூக நடுத்தர வர்க்க உருவாக்கமும், அவ்வர்க்கத்தின் கல்வி, வேலை, வாழ்க்கைச் சூழல் முதலானவற்றில் ஏற்பட்ட மாற்றங்களும் தனிமையில், ஓய்வாக, மௌன வாசிப்பில் ஈடுபடுவதையே முகாமையான வாசிப்பு முறையாக மாற்றின.

ஆயினும், பரந்துபட்ட சமூக அளவில் பிற வாசிப்பு முறை களை மௌன வாசிப்பு ஒடுக்கிவிடவில்லை. நாட்டுப்புறங் களிலும், நடுத்தர வர்க்கமல்லாத கீழ்த்தட்டு மக்களிடையேயும் வாய்விட்டு வாசிக்கும் முறை தொடர்ந்து நிலவியது மட்டு மல்லாமல் அவர்களின் கேலிக்கும் இலக்காகியது. இன்றள வும்கூட மௌன வாசிப்பு கோலோச்சுகின்றது என்று சொல்ல முடியாது. நடுத்தர வர்க்க மக்களிடையேகூட, சமூகமயமாக் கத்தின் ஒரு பகுதியாக, பயிற்சியின் மூலமாகத்தான் மௌன

வாசிப்பு கைவரப்பெறுகிறது. மௌன வாசிப்பு முறையின் உருவாக்கம், நாவல் நிலைபெற்றதோடு உடனிகழ்வாக இது நிகழ்ந்தமை என்பன இந்நூலின் முக்கியப் பங்களிப்பு எனலாம்.

வாசகர்களின் எண்ணிக்கை மற்றும் அவர்களுடைய சமூகப் பின்புலம் பற்றியும் புதிய புள்ளிவிவரங்கள் முன்வைக்கப்பட்டுள்ளன. வெகுசன நாவல்களின் ஆசிரியர்களைப் பற்றியும் செய்திகள் தொகுத்தளிக்கப்பட்டுள்ளன.

தமிழ் நாவலின் வரலாற்றைப் பற்றிய புரிதலை அதிகப்படுத்துவதோடு, அதனை விரிவாக்கவும் ஆழப்படுத்தவும் இந்நூல் பல தரவுகளைப் புதிய நோக்கில் முன்வைத்திருக்கிறது.

மார்க் டுவெய்ன் வார்த்தைகளில் சொல்வதானால் நாவலின் மறைவு பற்றிய செய்திகள் சற்று மிகைப்படுத்தப் பட்டவை!

பிற்சேர்க்கைகள்

1
தமிழ் நாவல்கள்
வெ. தம்பி-புருஷோத்தமன்

'**நா**வல்' என்னும் ஆங்கிலமொழி, புதுவது புனைதல், நவீனகம் அல்லது கற்பனைக் காதை என்னும் பொருளுடைத்து.

உலக வழக்கிற்கு முரண்படாதனவாயும், தேசாசாரத்தைத் தழுவினவாயும், பொது சனங்களின் நடவடிக்கைகட்குப் பொருந்தியனவாயும், காலதேச நிசரூப வர்த்தமானங்கட்கு ஒத்தனவாயும், வாசகர் மனதைக் கவரும் இரசமுடையனவாயும் உள்ள கற்பனைக் கதைகளே *நாவல்கள்* எனப்படுவன.

பாஷையில் வல்லுநரல்லாத ஏனையோரும் எளிதிலுணரு மாறு செவ்விய எளிய நடையிலெழுதப்பெற்ற நாவல்கள், பொது சனங்களின் அறிவையூட்டி வளர்த்தற்கும், அவர்கட்குப் பல நீதிகளை யெளிதிற் புகட்டற்கும் இன்றியமையாத சாதனங் களாகின்றன. வெறு நீதிகளைப் போதிக்கும் நூல்கள் பொது சனங்கட்கு வெறுப்பையும் சலிப்பையும் விளைக்கும் இயல்பு டையனவென்பது அனுபவவுறுதி. நல்லொழுக்க விதிகளைக் கதைகளில் உட்பொதிவித்து அளித்தல், குழந்தைகட்கும் பிணி யாளர்க்கும் கைப்பான மருந்தைத் தேனிற் கலந்து கொடுக்கும்

யுக்தியை யொக்கும். கதையின் சுவையில் ஈடுபட்ட மனதை, பின்னும் பின்னும் அறியவேண்டுமென்ற அவா முடிவுவரையில் இழுத்துக்கொண்டே செல்லுகிறது. அன்றியும் கதாசிரியர், தம் கற்பனாசக்தியினால் குணதோஷங்கள் வாசகர் மனதில் அழுந்தப் பதியுமாறு உருவகப்படுத்திக் காட்டுவதனால், சற்பாத்திரங்கள்மீது உதிக்கும் அன்பினால் நன்மையில் பிரீதியும் தீய பாத்திரங்கள் மீது ஏற்படும் வெறுப்பினால் தீய குணங்கள்மீது அரோசிகமும் இயற்கையாகவே நம் மனத்தில் உரமாகவுண்டாகின்றன.

கல்விச் செல்வத்திற் சிறந்த தேசங்களிலெல்லாம் புதுப்புது நாவல்கள் நாள்தோறும் எண்ணில வெளிவருகின்றன. பரீஸ், லண்டன் முதலிய நகரங்களில் கேவலம் கூலியாட்கள், பணிப் பெண்கள், வண்டியோட்டும் சாரதிகள் முதலியோர் கரங்களிலும் அவர்கள் ஒய்வு நேரங்களில் நாவல்களைக் காணலாம்.

நமது தமிழ் நாட்டிலோ, நாற்பது வருடங்கட்கு முன்னர்த் தமிழ் நாவல் என்பதே கிடையாது. இதற்கு முக்கிய காரணம், சனங்களில் பெரும்பான்மையோர்க்குக் கல்வியில் பயிற்சியும் வாசிக்கும் சக்தியும் சிரத்தையும் இல்லாதிருந்ததே. சிறிது கல்விப் பயிற்சியும் வாசக விருப்பமுமுள்ள தமிழ்ப் பெண்மக்களோ, விகடகவி எவராலோ எழுதப்பெற்றுப் புகழேந்திப் புலவர் தலை மீது சுமத்தப்பட்டிருக்கும் அல்லியர சாணி மாலை, புலந்திரன் களவு இத்தகைய அதம நூற்களைவிட வாசகக் காலப்போக்குக்கு வேறு வழியின்றியிருந்தனர். கல்வித் தேர்ச்சியடைந்த மற்றையோர் நமது தேனினுமினிய தென்மொழி மலிந்து கிடக்கும் காவியங்களையும் இதிகாச புராண நூற்களையும் உணர்ந்துவக்கும் தன்மையராதலின், எளிய வசன நடையில் எழுதப்பெறும் நாவல்கள் வேண்டியனவாயிருந்தனவல்ல.

கிராமாந்தரங்களிலும் பாடசாலைகளேற்பட்டு, பெண் கல்வி பெருமிதமாகப் பரவிவரும் இக்காலத்தில் நம் தமிழுலகிற்கு நாவல்கள் ஆவசிகமாயின.

இற்றைக்கு முப்பத்தேழாண்டுகட்கு முன்னர், செவ்விய வசன நடையில் *பிரதாப முதலியார் சரித்திரம்* என்னும் முதல் தமிழ் நாவலைத் தமிழுலகினர்க்கு அருளியுபகரித்து, பூதவுடம்பழிந்தும் தம் புகழுடம்பு எவர் வீட்டிலும் நின்று நிலவுமாறு செய்தவர், மாயூரம் வேதநாயகம் பிள்ளை யென்னும் பண்டிதர் பெருமானே. இவ்வற்புத நாவல் சென்னைச் சர்வ கலாசாலையால் மெட்ரிகுலேஷன், எப்ஏ முதலிய பரீட்சைகட்குத் தமிழ் மூலநூலாக அங்கீகரிக்கப்பட்டிருக்கிறதென்றால், அதன் பெருமை நம்மால் எடுத்துரைக்கற்பாலதோ!

பத்துப் பதினைந்து ஆண்டுகளாக நூற்றுக்கணக்கான தமிழ் நாவல்கள் வெளிவருதலைக் காண்கின்றோம்.

வயோதிகர், சிறுவர், ஆண்மக்கள், பெண்மக்கள், கற்றோர், மற்றோர் என்னும் பேதமின்றித் தமிழுலகத்தவரனைவர்க்கும்

நாவல் வாசகத்தில் இக்காலத்திலேற்பட்டுள்ள ஓர்வித புதிய கிளர்ச்சியும் உற்சாகமும் தமிழபிமானிகட்குப் பெரிதும் களிப்பைக் கொடுக்கற்பாலன. ஏனெனில், உத்தம நாவல்கள் பொது சனங்கட்குச் சன்மார்க்கத்தைப் போதிப்பதற்கு மாத்திர மன்று, இராஜபாஷையாயிருக்கும் பெருமையையிழந்து குலைந்து கிடக்கும் நமது தமிழ் மொழியை ஒருவாறு புதிப்பித்துக் கௌரவப்படுத்துதற்கும் அவைகள் தக்க சாதகமாயிருக்கின்றன. . . .

கலைமகள் (புதுவை), ஜனவரி 1916

○

2

நாவலா?

ரா. வாசுதேவன், புதுவை

நாவல் என்னும் ஆங்கில மொழிக்கு ஏற்ற தமிழ்ச் சொல் இன்னதென ஆராய்ந்தறியக்கூடாததாக விருக்கின்றது. நம்மவர்களோ, ஆராய்ச்சியாளர்க்கு வீண் சிரமமுண்டாக வேண்டா என்ற எண்ணங்கொண்டோ மற்றென்னோ, அவ்வாங் கில மொழியையே தமிழ்ச் சொல்லாக வழங்கி வருகிறார்கள். தமிழ்ப் பற்றும் தேசாபிமானமும் பொருந்திய நண்பர் பலர் 'கதை' என்றும், 'சரிதை' என்றும், 'நவீனகம்' என்றும், 'புதுவது புனைதல்' என்றும் பலவிதமான பதங்களை நமக்களித்துள்ள னர். நவீனகம் எனினும் புதுவது புனைதல் எனினும் பொருளால் ஒன்றே. ஆகவே நாவல் என்பது கதையா? அல்லது நவீனகமா? எப்பெயரைக் கொள்வது? என்பதே நாமாராயக்கிடப்பது. இருக்கட்டும்.

கதை என்பது யாது? எப்போழ்து உண்டாகியது? எத்த கைத்து?

மானிடர்க்குள் மற்றைய மக்களைப் பற்றிய செய்திகளைக் கேள்வியுறுவதில் ஓர்வித ஆவல் இயற்கையாகவே உள்ளது. பிறனது சுகத்தைக் கண்டு களிப்புறுவதும், அவனது இடுக்கண் ணோர்ந்து அநுதாபப்படுதலும் மாந்தரின் உடன்பிறந்த இயற்கைக் குணமாகும். ஆக, பண்டைக்காலம் முதற்கொண்டே "கதை! கதை!"யெனக் கதையின் அமைப்பும், கதை சொல்வோர் கதை கேட்போர் எனக் கதா விநோதரில் இருவித பாகுபாடும் உண்டாயின. இவ்வேற்பாடு சுமார் 8000 ஆண்டுகளுக்கு முன் னாக நம் நாட்டிலுண்டாகியதெனக் கூறலாகும். அதாவது மானிடன் தன் பேசுந்திறனையறிந்து, இன்ன பொருளை யின்ன

சொல் குறிக்கும் என ஒழுங்குகளை யோர்ந்து, வழங்கி, நாவன் மையிற் சிறிது மேம்பாடுற்ற காலத்தில்—வடநாட்டில் ஆரியர் தம் வேதங்களை இயற்றத் தொடங்கிய காலத்தே—இது தமிழருக் குள் உருவாகியது. அதற்கு அப்போழ்து எப்பெயர் வழங்கியதோ நாம் அறியோம். (கதை என்பது பின் வந்த ஆரியப் பெயர்.) ஆனால் அக்கதை மனிதன் கூறியவை யாவற்றையும், மனிதன் மனமுவந்து கேட்பவை யாவற்றையும் குறிக்கும் எனவும், பேசும் நடை—அதாவது இயல்நடை—யிலும், காப்பிய நடையிலும் இயற்றப் பெற்றவை யாவையும் சுட்டும் எனவும் மாத்திரம் நாம் கூறுதல் கூடும்.

பின்னர், *கதை என்பது நம்மிலக்கியத்திற் கண்டதா?* எனின் அதற்கு, நம்மிலக்கியத்துள்ள கதைப் போக்கும் திறனுமே போதிய சான்றாம். கதைகளை ஒரு கோவையாகச் சேகரித்து வைத்தவரை நாம் காண்கிலம். நாம் கேள்வியுறும் சில கதைக் கொத்துகள் சில நூறு ஆண்டுகளின் முன் பிறந்தவை என்பதும், ஆரியம் முதலிய பல மொழிகளினின்றும் மொழிபெயர்த்தவை என்பதும் தெரிகிறது. எனினும் நம்மிலக்கியத்திற் கையாண்ட கதைகளின் அளவைக் காணின் கதைகள் மையிறகு கொண்டு காகிதத்தில் வரையப்பட்டிராவிடினும், ஏடுகளிற் சாற்றக் கிடை யாவெனினும் ஏராளமாக இருந்ததெனக் கூற இடந்தருகிறது. இதுவே தவிர நாமிவ்விஷயத்தில் எதுவும் சொல்வதற்கில்லை. நம் இலக்கியத்தில் இப்போதிருக்கும் பழைய நூல் தொல்காப்பிய மென்பர். அது இற்றைக்கு 5000 வருடங்களின் முன் உண்டான தாம். அதன் முன் இலக்கியம் மிகச் சிறப்புற்றிருந்ததென்பது தொல்காப்பியமெனும் இலக்கண நூலொன்று ஏற்பட்ட காரணத்தானே 'இலக்கியங் கண்டதற் கிலக்கணமியம்பலின்' என அந்நூலார் கொண்ட சித்தாந்தத்தினின்றே கொள்ளப்படும். அதன் முன் நிலவிய நூற்களைக் கடல் கொண்டதெனச் சாற்றுகின்றனர் நச்சினார்க்கினியரும்.

நிற்க, *அக்கதைகள் எவ்விஷயங்களைத் தழுவி நின்றன?* சாதாரணமாக முதற்றோன்றிய மனிதர் தம்மைச் சுற்றிலும் சூழ்தரவிருந்த இயற்கைப் பொருள்கள் யாவையும் கண்டு, குகைகளிலும் மரங்களிலும் வதிந்து தம் வலியினுங் குன்றிய வலிமை பொருந்திய ஜீவன்களை அடக்கியும், தம் வலுவின் மிஞ்சிய பிராணிகளைப் புசித்தும், தம் கையிற் படாத புட்கள் விலங்குகள் யாவற்றிற்கும் ஒவ்வோர் பெயர் கொடுத்து அவற்றி னுள்ளும் தம் போன்றதும் தன்னினும் மேம்பட்டதோர் திறனுள தெனக் கொண்டு தெய்வமெனக் கருதி வழிபாடு செய்தும் வந்தனர் என்பது நாம் கொள்ளத்தக்கதே. ஆக, இத்தகைய மாந்தரது இலக்கியத்தின்கண் நாம் நம்பத்தகாத—நம் நாகரிகங் கொண்டு நடந்திராது எனச் சொல்லக்கூடிய—கதைகளேதான் பரவியிருக்கக்கூடும். இராக்கதரும், அருவங்களும், தெய்வங் களுமே அவர்கள் கதைகளில் நிரம்பியிருக்கும். இக்கதைகளே பின் வந்த ஏராளமான புராண கதைகளுக்குத் தக்க சாதனங்

களாக இருந்தன எனச் சாற்றவும் கூடும். இவைகளே எவ்விலக்கியத்தும் பழமையானவை. சுமார் 7000 வருடங்களின் முன்னிருந்தவை. இராமாயணமும், மாபாரதமும் சற்றேறக் குறைய 5000 வருடங்களின் முன்தானுண்டானவை எனின், இது அக்கதைகள் ஒரு கோவையாகச் சேர்த்துத் தொகுக்கப்பெற்ற காலமே தவிர அவையுண்டான காலமல்லவென்பது திண்ணம்.

ஆக, இதுவே நாம் கதையைப் பற்றிச் சொல்லக்கூடியது. தமிழில் ஆதியிலுண்டான புராணங்கள் ஒன்றும் நம் கையிற் படவில்லை. இராம காதையைப் போன்ற காதை யொன்று தமிழில் இருந்திருக்க வேண்டும் என்பது கிரேக்கர்களது 'இலியட்' என்ற காப்பியத்திற்கும் இராமாயணத்திற்கும் உள்ள ஒற்றுமையானும், சாதாரணமான நாகரிகத்திற்றேர்ந்த மாந்தருக்குள் இம்மாதிரியான கதையே உண்டாயிருக்க ஏது விருப்பதானும் யூகத்தாற் சாதிக்க இடந்தருகின்றது. ஆக, அவை ஆதிகாலத்தே உண்டானவை என்பதும், அவை ஒரு ஒழுங்காக இலக்கணமமையாது மாந்தர்க்கு இன்பமளிக்கும் எல்லா விஷயங்களையும் தன்பாலணிந்து கவினுற விளங்கின என்பதும், நாள் முழுவதும் உழைத்து ஓய்ந்த மாந்தரால் மாலையில் அல்லது முன்னிரவில் சிறிது காலப்போக்குக்காகச் சாற்றப்பட்டவை ஆக அச்சிறு காலத்தே முடிய வேண்டியிருத்தலால் உருவிற் சிறியவை என்பதுமே நாம் கூறலாகும். பின்னர் இலக்கணமுற்றும் பொலிவுற்றுப் பரவியிருந்தது என்பதும் ஓர் காலத்து விளங்கியிருந்தது எனப் பண்டையுரையாசிரியர் கூறும நாடகவியற் பெருக்கிலிருந்து நாம் யூகிக்கக்கூடியதே. நாடகம் என்பது எவ்விலக்கியத்தும் கடையிற் றோன்றுந் தகைமையால்.

நிற்க, நாவல்களைச் சிறிது கவனிப்பாம்.

இப்புதிய விலக்கியப் பகுதியானது சுமார் இற்றைக்கு ஐம்பது வருடங்களுக்குள்ளாகவே, ஆங்கிலக் கல்வி கற்று அதிற் சிறந்த நாவல்களின் ருசியை யுணர்ந்த கல்வியாளர் சிலரால் தாபிக்கப் பெற்றது. அவர்கள் ஆங்கிலத்திற் கண்ட நாவல்களின் போக்கையும் இயற்கையையும் கவனித்து, அவற்றைத் தம் வழிகாட்டியாக் கொண்டு சந்தர்ப்பங்களை நம் பழக்கங்களுக்கும் நம்பிக்கை களுக்கும் மாறாக இல்லாமல் இயற்கையை யனுசரித்ததாகவே தம் நாவல்களில் இயையவமைத்தனர். நாமிதைப் பற்றி யதிகம் வரைதல் கூடாதது. நம் நாவல்களின் போக்கையும், வளர்ச்சி யையும் நம் நண்பர்தாமே யறிவர். தமிழ்நாட்டு நாவல்கள் இன்னும் நன்றாக முதிர்ச்சி அடையவில்லை.

ஆனால் இந்நாவல்களில் முக்கியமானதோர் அம்சம் கவனிக்கத்தக்கது. நாவல்கள் ஜனசமூகத்திற்கு ஓர் கண்ணாடியாகும் என ஆசிரியர் ஒருவர் எழுதுகின்றார். கண்ணாடி கைக்கொண்டு நம் உருவினை யதில் கண்டு நம்மீது படிந்திருக்கும் மாசு முதலியவற்றை யகற்றுவது போல் நாவல்களும் சமூகத்தின்

ஓர் பகுதியாகும் சில மக்களை நம்முன் விடுத்து சந்தர்ப்பத்திற் கேற்றவாறு அவர்களை நடிக்கச்செய்து, அவரவர்களின் நல் வினை, தீவினை முதலியவற்றிற்குத் தக்க பயனை ஊட்டுவித்து மனுஷ்ய சுபாவத்தையும், அதன் நற்குணங்களையும் அதன் அழுக்காறுகளையும் எடுத்துக் காட்டி, உலகவியலை ஊட்டு விக்கும் ஆசானெனவும் நீதிநெறி கற்பிக்கும் குலகுருவெனவும் விளங்குகின்றது. நடந்ததை நவில்வது என்னும் கொள்கையுங் கொண்டது.

ஆக, இவ்விரு இலக்கியப் பகுதிகளின் இயலையும் போக் கையும் கவனிப்பார்க்கு நாவல் என்பது புதியதல்ல, மானிடன் நாவின்றிறனறிந்து ஆளத்தொடங்கிய காலம் முதலாக நாவலின் சின்னங்கள் வெளியாயின. நாவல் என்பது இலக்கணம் நன்க மையப்பெற்ற கதையேயாகும் என்பது விளக்கமாம். எனினும் 'நாவல்' என்ற பதத்திற்கு 'கதை' என்பதைவிட 'நவீனகம்' என்பதே பொருளில் நேர்புடையது.

எனினும், நவீனகம் என்னும் சொல் இவ்விலக்கியப் பகுதி யின் இலக்கணத்தை முற்றும் தெரிவிப்பதாக ஆகாது, ஓர் பொருளைக் குறிக்கும் ஆற்றல் அடைமொழிக் கில்லையாத தலால். ஆக 'நாவல்' என்பதை நேரில் மொழிபெயர்ப்பது மாத்திரம் சரியல்ல. மொழிபெயர்ப்பார் கடமை முதனூலி லுள்ள குற்றங்களைக் களைந்து குணங்களை நன்கெடுத்து விளக்கிக் கவினுறச் செய்தலேயாகும்.

'நாவல்' என்பதின் முழுப்பொருள், 'புதிய மாதிரியாக இயற்கையைத் தழுவி வரையப்பெற்ற ஒரு கதை' என்பது. இதை எப்பதத்தினாற் றெரிவிக்கலாகும்? சாதாரணமாக, தம் இலக்கணத்தை நன்கு விளக்குந் தன்மையனவன்றோ நாமிடும் பெயர்கள் யாவும்? பெயர் என்பது ஒருவகைப் பொருளை மற்றைப் பொருள்களினின்றும் பிரித்து அப்பதம் மொழிந்தவரது கருத்திலுற்ற பொருளைச் சுட்டிக் காட்டு வதற்காக அல்லவோ?

அப்படியாயின், 'நாவல்' என்பதற்குத் தமிழ்மொழி என்ன? கதையெனின் மரியாதைராமன் கதை முதலிய பலவித கதைகளின்றும் பிரித்துக் கூறுவதெப்படி? நவீனகம் எனின் அது சரியான பொருளை எங்ஙனம் குறித்ததாகும்?

நம் நண்பர் ஒருவர் 'நாவல்' என்பதற்குப் பதிலாக 'நவில்' என்ற பதத்தை யுபயோகிக்கலாமென எழுதுகிறார். 'நவில்' எனின் நடந்ததே நவில்வது என்னும் இலக்கணந் தழுவி, நடந்ததை, உலகில் இயற்கையாக நடப்பவற்றை நல்ல தமிழில் நவில்வது எனும் பொருள் கூறுகின்றார். இதிற் சிறிது இலக்கண முள்ளதெனவே நானும் கருதுகின்றேன். 'நாவல்' என்ற பதத்தை யுபயோகிப்பது நம் அறியாமையைக் குறிக்கும். தமிழ் மொழி போல் அகத்துற்றவைகளை யப்படியே தெற்றென விளக்கும்

ஆற்றலுடைய மொழி எது? நாம் தமிழினைக் கைசோரவிட்டது மன்றி, பிறமொழிச் சொற்களையும் இழிவுறப் புணர்த்தல் பெருந்தீங்கு ஆகும்.

நாவலர்களே! நாவலர்களே! நாவலா, நவிலா? எது ஒப்புடையது? வேறு ஒப்புடையது உண்டெனினும் நவில்வீர்!

கலைமகள் (புதுவை), மே - ஜூன், 1917

○

3

நாவல்கள் வாசிப்பதின் குணம்

'நாவல்களை வாசிப்பதால்
நன்மையோ தீமையோ?'

தற்காலம் ஒவ்வொரு குக்கிராமங்களிலும் ஒவ்வொரு சங்கம் கிளம்பத் தலைப்படுகின்ற தென்பதைக் கேட்க நம் ஆனந்தனின் தந்தையாகிய மகா - ஙா - ஙா - ஸ்ரீ முனிசாமி முதலியாரும் தாயாகிய ஆரணி குப்புசாமி முதலியாரும், நண்பர்களாகிய சந்தாதாரர் களும் சந்தோஷமடைவரென்பது திண்ணம். இதன் கீழ்வரும் உபன்யாசத்தை நோக்கின்சந்தோஷம் மாறி அதற்கு எதிரிடை யான துக்கம் உண்டாகுமென்பது விசனிக்கத்தக்கதே. நண்பர் காள்! 19.7.1919ல் அகஸ்மாத்தாய் நாம் ஓர் சங்கத்திற்குச் செல்லும்படி நேரிட்டது. அச்சங்கத்தில் நிகழ்ந்த உபன்யா சத்தைச் செவியுற்றது முதல் பகரொணாப் பாடுபடுகின்றது நம் மனம். அவ்வுபன்யாசத்தின் சாராம்சத்தை அவ்வுபன்யாசகர் உபன்யசித்த பிரகாரமே இதனடியில் சிறிது வரைவாம்.

உபன்யாசம்

"**த**ற்காலம் புதிது புதிதாய் வெளிப்போந்துலாவும் கற்பனாக் கதைகளை (*Novels* - நாவல்ஸ்) வாசிப்பதால் ஆண் பெண் ஆகிய இருபாலரும் கெட்டுப் போகின்றனர். சிறுவர் சிறுமி களைத் துன்மார்க்கத்திற்றிரும்பச் செய்ய இஃதோர் தூண்டு கோலாயிருக்கின்றது. அதிலும் ஸ்திரீ ஜாதிகள் விசேஷமாய்க் கெட்டுப் போகின்றனர். எவ்வாறெனின், நாவல்களில் பெரும் பாலும் சோரநாயகன் தன் சோரநாயகிக்குக் கடிதம் வரைவதும், சோரநாயகி தன் சோரநாயகனுக்குக் கடிதம் வரைவதும், காதலர் காதலி சம்பாஷிப்பதும், இக்காதலி கருப்பமுறின் அக்கருப்பத்தை யழிக்க முயல்வதும், பொய், பொறாமை, வஞ்சகம், சூது, வாது, இத்தகைய விஷயங்களுமடங்கியிருக் கின்றனவே யன்றி வேறு சத் விஷயங்களில்லை. இத்தகைய விஷயங்களைச் சிறுவர்

சிறுமிகள் வாசிக்கின் மேற்கூறிய தீய குணங்களேயமைகின்றன. அநேகர் இந்நாவல்களால் தத்தம் பதியையிழந்து பரதவித்து மிருக்கின்றனர். ஆகையால் இத்தகைய நாவல்களை நமது சங்கத்தின் அங்கத்தினர்களும், நமது நண்பர்களும் இனி வரவழைத்தல் கூடாது, பார்க்கவும் கூடாது" என உபன்யாசகர் தமக்குத் தெரிந்தவரையில் நாவல்களிலுள்ள தோஷங்களையெல்லாம் சாங்கோபாங்கமாய் உபன்யாசித்தனர்.

நண்பர்காள்! என்னே இவர்தம் கூற்று! என்னே இவர்தம் மதி! இவ்வுபன்யாசத்தைக் கேட்கக் கேட்க, தாமரையிலை நீர்போற் றத்தளித்தது என் மனம். ஆயினும் அச்சந்தர்ப்பம் நாம் இடம், காலம், பேதம் என்பதை அனுசரிக்கலாயிற்று.

சகோதர சகோதரிகளாகிய சந்தா நேயர்களே! நம் ஆனந்த னின் சந்தாதாரராகிய இவ்வுபன்யாசகர் நாவல்களிலுள்ள தோஷங்களைச் சாங்கோபாங்கமாய் எடுத்தியம்பினரேயன்றி அதிலுள்ள குணங்களை எடுத்தியம்பினரல்லர். இன்னோர் (தான் கெட்ட குரங்கு வனத்தையும் அழித்ததாம் என்ற பழமொழிக்கிணங்க) தாங்கள் கெடுகின்றதுமன்றி பிறரையும் கெடச் செய்கின்றனரென்பது உள்ளங்கை நெல்லிக்கனிபோற் றெற்றென விளங்குகின்றதன்றோ? அங்ஙனம் இவ்வுபன்யாசகர் கூறியவரையில் நாவல் வாசிப்பதால் தீமையா? அல்லது நன்மையா? என்பதைப் பற்றி ஈண்டு சிறிது வரைவாம்.

இப்பூவுலகின்கண் மானிடராய்ச் சனித்த நம் ஒவ்வொரு வருக்கும் நன்மையிது தீமையிது, பாவமிது புண்ணியமிது எனப் பகுத்தறியும் சத்தியை ஏற்கனவே கடவுள் அளித்திருக் கின்றனர். நாம் நமது பகுத்தறிவைக் கொண்டு நம் மனச் சாக்ஷிக்கு விரோதமின்றி நடத்தல் வேண்டும். மேற்கூறிய உபன் யாசகர் நாவல்களில் பெரும்பாலும் கள்ளக் கடிதம், கள்ளக் கையொப்பம், சோரம், பொய், வஞ்சகம், சூது, வாது முதலிய இத்தகைய விஷயங்கள் நிறைந்திருக்கின்றன வென்றும் இவற்றை வாசிக்கும் நமக்கும் இதே குணங்களமைகின்றன வென்றும் கூறுகின்றனர். அந்தோ! இப்படியும் உபன்யாசம் செய்வா ருண்டோ? காதலன் காதலி முதலில் ஒருவர்க்கொருவர் கள்ளக் கடிதங்கள் வரைந்து எத்தகைய சந்தோஷத்தை யனுபவ விக்கினும் பின்னர் எக்கதியடைகின்றன ரென்பதைக் கவனிக்க வேண்டாமா? கள்ளக் கையொப்பமிடுகின்றவர், சோரம் செய்கின்றவர், பொய் பேசுகின்றவர், வஞ்சனை, வாது, சூது செய்கின்றவர் இத்தகையோர் கடைசியில் எக்கதியடைகின்றன ரென்பதை நம் உபன்யாச நண்பர் கவனிக்கவில்லைபோலும். கவனித்திருப்பின் எங்கணும் நிறைந்துள இறைவனாகிய கருணாகரக் கடவுள் ஒருவர் இருக்கின்றார். அவர் அவனவன் செய்யும் நன்மை தீமைக்குத் தக்க பலனையே யளிக்கின்றார், என்ற உண்மை இதனால் நிரூபிக்கப்படுகிறதென்றுணர்ந் திருப்பார்.

மேலும் அவர், "நன்மை செய்கின்றவன் முதலில் எத்தகைய கஷ்டங்களை யனுபவிக்கினும் கடைசியில் சுகப்படுகின்றதுமன்றி யாவராலும் புகழப்படுகின்றான். தீமை செய்கின்றவன் முதலில் எத்தகைய சந்தோஷத்தை யனுபவிக்கினும் கடைசியில் கஷ்டப் படுகின்றதுமன்றி யாவராலும் இகழப்படுகின்றான். ஆகையால் நாம் இதில் எதைச் செய்தல் வேண்டும்? நன்மையை செய்தல் வேண்டும், தீமையைச் செய்தல் கூடாது என நாவல்கள் போதிக்கின்றன" என்று உபன்யசித்திருப்பர்.

நண்பர்காள்! மகா - ரா - ரா - ஸ்ரீ ஆரணி குப்புசாமி முதலி யாரவர்களியற்றியுள்ள நாவல்களி லொன்றாகிய *கற்கோட்டை* என்னும் நாவல் நம் ஆனந்தனில் மாதம் மாதம் பிரசுரமாகி வருகின்றதன்றோ? அந்நாவலிலுள்ள விஷயங்களின் குணங் களை ஈண்டு சிறிது சுருக்கி வரைந்து இவ்வியாசத்தை முடிப்பாம்.

(1) கண்ணபிரான் பிரபு, திரவியசிங்கம் பிரபு, விக்ரமசிங்கம் பிரபு, இன்னோர் மூர்க்க இராணியால் அநியாயமாய் தேசப் பிரஷ்டம் செய்யப்பட்டு எத்தகைய இடர்கட்கெல்லாம் தப்பிப் பிழைத்து எத்தகைய கஷ்டங்களை யனுபவித்த காலத்தும், தீமை செய்தவர்கட்கு நன்மையே செய்தும், எத்தகைய இன்னல்களை யனுபவித்த காலத்தும் பகவத்தியானத்தை மறவாமலிருந்தும் கடைசியில் எவ்வளவோ சுகங்களை யனுபவித்தலு மன்றி யாவராலும் புகழ்தற்குரிய அரும் பெருங் கீர்த்தியடைந்தனர். நண்பர்காள்! நாம் இதில் கிரகித்துக்கொள்ள வேணடியது என்ன? கமலாபாய் இராணி மேற்கூறிய பிரபுக்களுக்கு எத்த கைய தீங்கு செய்யினும் அன்னோர் எப்படி இராணிக்கு நன்மை யையே செய்து வந்தார்களோ, அது போல் பிறர் நமக்குத் தீங்கு செய்யினும் நாம் அவர்கட்கு நன்மையே செய்தல் வேண்டும். (இன்னா செய்தாரை ஒறுத்தல் அவர் நாண நன்னயஞ் செய்து விடல்.)

கண்ணபிரான் பிரபு எத்தகைய கஷ்டங்களை யனுபவித்த காலத்தும் எப்படி பகவத்தியானத்தை மறந்திலரோ, அதுபோல் நமக்கு எத்தகைய கஷ்டங்கள் வந்துற்ற காலத்தும் நாம் பகவானை மறவாதிருத்தல் வேண்டும். (கடவுளை நம்பினோர் கைவிடப்படார்.)

கற்கோட்டைக் கதிபதியான செல்வராயரின் புதல்வியாகிய கமலாம்பாள் கண்ணபிரான்மீது காதலுற்ற அன்னோனைத் தன்னிஷ்டப்படி மணஞ்செய்துகொள்ள முடியாமல் எத்த னையோ துஷ்டர்களிடம் சிக்கியும், எத்தனையோ ஆபத்துகளில் அகப்பட்டும், தன் பிராணன் நீங்கும் காலத்தும் தன் கற்பு என்னும் மாணிக்கத்தை பரபுருஷர்களாகிய கள்ளர்களிட மீயாமல் அதனைக் காப்பாற்றி அக்கற்பென்னும் மாணிக்கத்திற் குரியவனாகிய கண்ணபிரானிடமே யீந்து பின்னர் சுகப் பட்டாளன்றோ.

இதனால் நாம் அறிந்துகொள்ள வேண்டியது என்ன? கமலாம் பாள் தன் உயிர் நீங்கும் காலத்தும் எப்படித் தன் கற்பு நிலை தவறாமலும் தான் கண்ணபிரானுக்குக் கொடுத்த வாக்குத் தவறாமலு மிருந்தனளோ, அது போல் நம் சகோதரிகள் ஒவ்வொரு வரும் தத்தம் உயிர் நீங்கும் காலத்தும் தத்தம் கற்பு நிலை தவறாமலும் சொற்றவறாமலு மிருக்க வேண்டுமென்பது நன்கு விளங்குகின்றதன்றோ? (கற்பெனப் படுவது சொற்றிறம் பாமை.)

கமலாபாய் இராணி தான் சோரஞ்செய்து பெற்ற குழவியை எவ்வளவு இரகசியமாய் மறைத்துவைத்திருந்தும் அத்திய இரகசியமும் கடைசியில் பகிரங்கமாகிவிட்டதன்றோ? மேற் கூறிய இராணிக்கு குற்றம் செய்தவர்களைச் சிறையிலடைப்பிக்க வும், தூக்குத் தண்டனை கொடுக்கவும் அதிகாரமிருக்கத் தன் துர்நடவடிக்கையால் பிறருக்குக் கீழ்ப்படியவும், அந்நட வடிக்கைகள் பின்னர் வெளிவந்துலாவி அதனால் அவள் பெரிய அபகீர்த்திக்குள்ளாகவும் நேர்ந்துவிட்டது. சோதரி சோதர்களே! நாம் இதனால் தெரிந்துகொள்ள வேண்டிய தென்னவெனில், எத்தகைய இரகசியங்களாயினும் நாளடைவில் அஃது வெளியாகி விடுமென்பது உண்மை. (பலநாளைத் திருடன் ஒரு நாளைக்ககப்படுவான்.) தவிர நாம் எத்தகைய அதிகாரம் பெற்றிருப்பினும் தீய வழியில் ஒழுகாமல் நற்குண நற்செய்கை களைக் கைப்பற்ற வேண்டுமென்பதையும் உணருகிறோமல்லவா? அதிலும் துப்பறியும் நாவல்களை வாசிக்கின் நம் புத்தி எத்தகைய திக்ஷணய்மடைகின்றதென்பது துப்பறியும் நாவல்கள் வாசித்த வர்கட்கே தெரியும். விரிக்கிற் பெருகும்; விரிவஞ்சி விடுத்தாம். இத்தகைய நாவல்களை வாசித்து வாசித்து சிலர் தாமே நாவலியற்றுகின்றனர். இயற்றியுமிருக்கின்றனர். திருஷ்டாந்தமாக நாம் சின்னாட்களுக்கு முன் சரஸ்வதி வாசகசாலை என்று ஒன்று ஸ்தாபித்திருந்தோம். அதற்குச் சிற்சில துப்பறியும் நாவல் களும், மற்ற இதர நாவல்களும் வரவழைத்திருந்தோம். அந்நாவல் களை வாசிக்க வாசிக்க நம் புத்தி கிஞ்சித்து பிரகாசமடைந்து தற்காலம் 'சுவர்ணாம்புஜம்' என்னும் ஓர் நாவலியற்றியுள்ளோம்.

எல்லாம் வல்ல இறைவன் அருள் புரிவாராக. சுபம், சுபம்.

E.V. குப்புசாமி முதலி
ஏழூர் (ராசீபுரம் தாலூகா)

குறிப்பு: இக்காலத்தில் பலவிதமான நாவல்கள் மலிந்துகிடப்ப தும், கற்றோரும் கல்லாரும் யாவருமே நாவல்கள் எழுதி வெளி யிடுவதும், சிலர் அன்னியரிடம் நாவல் எழுதி வாங்கிக்கொண்டு கௌரவத்தைக் கருதித் தாங்களே யியற்றியதாக அவற்றை வெளியிடுவதும் யாவரும் அறிந்த விஷயமே. சில நாவல்களில் மேற்கண்ட பிரசங்கியார் கூறியது போல் ஆபாசமான நட வடிக்கைகளைப் பற்றி கூறப்பட்டிருப்பதும் உண்மையே. அத்தகைய ஆபாசங்களே நிறைந்துள்ள நாவல்களை வாசிப்பது தகாதுதான். ஆனால் அத்தகைய நாவல்கள் மிகச் சிலவே.

ஆயினும் பிரசங்கியார் எல்லா நாவல்களிலும் அத்தகைய கெட்ட விஷயங்களே யடங்கியிருக்கின்றன வென்றும், அவற்றை வாசித்து மாதர்களெல்லாம் கெட்டுப் போகிறார்களென்றும் கூறியது அனுபவத்திற்கு முற்றும் மாறான சங்கதியே. இக்காலத் தில் நமது தாய்ப் பாஷையில் வசன நூல்கள் அதிகமாய்ப் பெருக வேண்டுமென்பது அறிவாளிகளின் கருத்து. அதற்குத் தக்க காரணங்களிருக்கின்றன. வசன நூல்களிலேனும் வேறெந்த நூல்களிலேனும் வெறும் நீதிகள், புத்திமதிகள், இத்தகைய விஷயங்கள் மட்டுமேயடங்கிருந்தால் அவற்றை வாசிப்போர்க்கு இனிமையும் உற்சாகமும் உண்டாகா. அதோடு விஷயங்களும் நன்றாய் மனதிற் பதியா. இதனாலேயே முன்னோர்களும் அத்தகைய நல்ல விஷயங்களைப் புராணங்கள், இதிகாசங்கள் முதலிய சரித்திர வாயில்களாகவே திருட்டாந்தங்களோடு போதித்திருக்கிறார்கள்.

நாவல்கள் எல்லா ஜாதியாராலும், எல்லா மதத்தினராலும், எல்லா தேசத்தினராலும் வாசிக்கத் தக்கவை. துரைத்தனத்தார் நாவல்களைப் பாடசாலைகளில் மாணவர்களுக்குப் பாட புத்தகங்களிலொன்றாக ஏற்பாடு செய்கிறார்கள். இதனால் ஆபாச விஷயங்களடங்கிய நூல்கள் எவையாயினும் கண்டிக்கப் படுகின்றன.

நாவல்களில் நல்ல நடக்கைகள், கெட்ட நடக்கைகள் இரண்டும் அடங்கிராவிட்டால் நீதிகள், ஆசாரங்கள், புத்திமதி கள் முதலியவைகளைப் போதிக்க அவை பயன்படமாட்டா. ‘வெயிலில் சென்றவனுக்குத்தான் நிழலினருமை தெரியும்’ என்ற பழமொழி போல் கெட்ட நடக்கையால் நேரிடும் தீமைகளை யுணர்ந்தால்தான், நல்ல நடக்கையால் உண்டாகும் நன்மை களின் பெருமை நன்கு மனதிற்படுவதோடு, கெட்ட நடக்கைக் கஞ்சி அதில் பிரவேசியாதிருக்க வைராக்கிய முண்டாகும். கடவுளால் சிருட்டிக்கப்பட்ட இவ்வுலகிலேயே நல்லதும் கெட்டதும் யாவற்றிலும் கலந்தேயிருக்கின்றன. ஒரு கள்ளன் பிடிக்கப்பட்டு தண்டனையடையும்போது, அக் காட்சியைக் காண்போர் அவனையும் அவன் நடக்கையையும் வெறுத்துத் தூஷித்து ‘சே சே பட்டினியிருப்பதாயினும் பிச்சை வாங்கியா வது வயிற்றை வளர்க்கலாமேயன்றி இக்களவு வேலை மட்டும் கூடாது’ என்று கூறிக்கொள்கிறார்களே யன்றி, ‘பேஷ் நாமும் இவனைப் போல் திருட வேண்டும்’ என்று யாவரும் கருதிக் கெட்டுப் போவார்கள் என்று நினைப்பது அறியாமை யாகிய பெருந்தவறேயாகும்.

நாவல்களில் நல்ல புத்திமதிகள் அடங்கியிருக்கின்றன வென் றும், மாதர்கள் அறிந்து ஒழுக வேண்டிய கற்பு முறைமைகள் நன்கு விளக்கப்பட்டிருக்கின்றன வாதலின் ஒவ்வொரு குடும்பத் திலும் இத்தகைய நூல்கள் வாசிக்கப்பட வேண்டுமென்றும் எத்தனையோ கற்றறிந்த அறிவாளிகள் அனேகம் நாவல்களுக்கு மதிப்புரை யளித்திருக்கின்றனர். மேற்படி விஷயத்தை யனுப்பிய

நமது சந்தா நேயர் ம-ா-ா-ஸ்ரீ, E.V. குப்புசாமி முதலியார் அவர்கள் நாவல்களில் நல்ல நடக்கைகள் தீய நடக்கைகள் இரண்டும் கலந்திருப்பதனால் நல்ல பயனே யுண்டாகிறதென்று ஒரு நாவலைத் திருட்டாந்தம் காட்டி விளக்கியிருப்பதால் அதைப் பற்றி நாம் இன்னும் விரிவாய்க் கூறவேண்டியதில்லை.

மேற்கண்ட உண்மைகளை யுணராக் குறையால் (துரியன் ஊர் முழுதும் உள்ள யாவரும் கபடர் வஞ்சகர் கள்ளர்களே யன்றி யோக்கியன் ஒருவனுமே யில்லை யென்று கூறியது போல்) மேற்கண்ட பிரசங்கியார் நாவல்களை வாசிப்பதால் யாவரும் கெட்டுப்போகிறார்களென்று யாவர்க்கும் தவறான அபிப்பிராய முண்டாகும்படி ஒருசபையிற் கூறியது மிக்க விசனிக்கத்தக்க விஷயமே. அவர் நமது சந்தாதாரரில் ஒருவ ராயிருந்து இவ்வாறு பேசியது நம் மனதிற்குப் பின்னும் வேத னையை யுண்டாக்குகிறது. ஆயினும் இப்போது நாவல்களால் நற்பயனே யுண்டாகிறதென்பதும், நமது தாய்ப் பாஷையின் அபிவிருத்தியையும் நம் தாய்நாட்டாரின் க்ஷேமாபி விர்த்தி யையும் கோரியே அனேகம் நாவல்கள் வரையப்படுகின்றன வென்பதுமாகிய உண்மையை யறிந்தவர்களே பெரும்பாலரா யுளர். ஆதலின் நமது பிரசங்கியாரின் தவறு கெடுதியை யுண்டாக்கும் ஆற்றலுடையதாகாதென்றே நம்புகிறோம். ஆண்டவன் அருள்புரிவாராக.

பத்திரிகாசிரியர்

ஆனந்த போதினி, 5(2), ஆகஸ்டு 1919

○

4

நாவல் வெள்ளம்

வாகீச பக்தன்

இதுகாலை நமது தமிழ் நாட்டில் வெளிவந்து உலாவும் நாவல்கள் எண்ணிலாதன. நாவல்கள் மல்கிவருவதைப் போல், நாவலாசிரியர்களும் ஆயிரக்கணக்காகப் பெருகிவருகின்றார்கள். நாவல்களை விரும்பிப் படிப்போரும் லக்ஷக்கணக்காக இருக்கின்றார்கள். ஆடவர் பெண்டிர் மாணவர் அனைவரும் நாவல் வெள்ளத்தில் திளைக்க நனி விரும்புகின்றார்கள். புத்தகக் கடைகளிலும் நாவல் வெள்ளம் பெருகிக்கொண்டேயிருக்கின்றது. அவ்வெள்ளம் புகாத வீடுகள் அரிதாகவே இருக்கின்றன. ஆகவே இந்நாளில் நாவல் வெள்ளம் மக்கள் பலரைக் கொள்ளைகொண்டு வருதல் இனிது புலப்படும். இவ்வெள்ளம் இவ்வாறு பெருகி வருவதன் காரணம் என்னை? கதைகளெல்லாம் பெண் மக்கள்

வடிவ நலன்களைப் பெரிதும் அளவுகடந்து வருணித்துக் காமக் கிளர்ச்சியை எழுப்புவனவாக இருத்தலே முதற் பெருங் காரணமாகும். இரண்டாவது காரணம் கல்விப் பெருக்க மின்மையேயாம்.

ஒவ்வொரு நாவலும் ஒவ்வொரு பெண்மணியின் பெயரா லேயே எழுதப்படுகின்றது. பெண்மணிகளின் பெயர் புனையப் பெற்ற நாவல்களே பெரிதும் விலைபோகின்றன. நவில்தொறும் நவில்தொறும் நுண்ணறிவுடையார்க்கு நூல்நயம் இன்பமூட்டு வதைப் போல், வாசிக்குந்தொறும் வாசிக்குந்தொறும் நாவல் நசையுடையார்க்கு நாவல்கள் சிறுமையின் பத்தினை நனிநல்கிக் களிப்பூட்டுகின்றன என்பது மிகையாகாது. நாவல் வாசிப் போர்க்குப் புதுமையிலேயே புத்தி செல்லுதலால் அன்னார் நவீன நாகரிக வெள்ளத்தால் விழுங்கப்பட்டு வருதலை நாம் நன்கு காணலாம். நாவல் வாசிப்போர் நாவலாசிரியர்களை ஆதரிப்பதைப் போல் வேறு எவரும் எத்துறையையும் ஆதரியார். அவர்கள் நாவல்கள் வெளிப்போந்த மறுநாளே ஒவ்வொன்றை யும் விலைக்கு வாங்கி வாங்கிக் குவிக்கின்றார்கள். எவ்வளவு அதிக விலையாக இருப்பினும், கதை மட்டும் காமக்கிளர்ச்சியை எழுப்புந்திறத்ததாயிருந்தால் அந்நாவல்கள் மிகச் சூடாக விலை போகின்றன. ஆகவே இத்தகைய காதைகளை எழுதுவோர் எல்லையின்றிப் பெருகி வருகின்றார்கள். இனி இத்தீய நாவல் களை வெளியிடுவோரிற் பலர் இத்தொழிலையே வயிற்றுப் பிழைப்பிற்குரிய முக்கிய ஆதாரமாக வைத்துக்கொண்டு ஆனந்த மாக வாழுகின்றார்கள். அவர்களைப் பார்த்து ஆங்கிலக் கலா சாலைகளினின்றும் வெளிவரும் தமிழ்ச்சுவையறியாத் தம்பங் களாகிய மாணவர்கள் பலர் வயிற்றுப் பிழைப்புக்காக நாவல்கள் எழுதி வயிறு வளர்ப்பான் புகுகின்றார்கள். நாவல்கள் சூடாக விலை போகப்போக அத்தொழிலையே மேற்கொண்டு விடுகின் றார்கள். எனவே வறுமையாம் சிறுமை வாட்டுதலால் ஏழை மாணவர் பலர் வயிற்றுப் பிழைப்பு ஒன்றையே முக்கியமாகக் கொண்டு இத்துறையில் இறங்குகின்றார்கள். மேற்றிசை நாவலாசி ரியர்களுள் காமக்கிளர்ச்சியினை எழுப்புவதிற் கைதேர்ந்தவரா கிய ரெய்னால்ட்ஸ் (Reynolds) எழுதிய நாவல்களை மொழி பெயர்த்துப் பெயர்களை மட்டும் மாற்றிவிட்டுப் பிரசுரித்துவிடு கின்றார்கள். பல நாவல்களில் பாத்திரங்களின் பெயர்கள் மட்டும் தமிழ்ப் பெயராகவும், நடையுடை பாவனையனைத்தும் மேற்றிசை நாகரிகமாகவுமே இருக்கின்றன. எனவே இந்நாவல் வெள்ளம் இம்மேற்றிசை நாகரிகக் குப்பைகளை நகரங்களின் வாயிலாக வாரிக்கொண்டுவந்து புனிதமான கிராமங்களுட் புகுந்து இளை ஞர் பலரைக் கொள்ளை கொண்டு போகின்றது. இவ்வெள் ளத்தைத் தடுக்க வேண்டுவதறிஞர் கடனாகும். இதனால் நான் உண்மைக் காதற் கதைகளையும், நாவல் முறையில் (Model) இனிய காதைகளை எழுதுதலையும் வெறுக்கின்றேனென்று ஒருவரும் எண்ணுதலாகாது. இதுகாறும் நான் நவின்று வந்த

நாவல் வெள்ளம் அனைத்தும், 'காட்டுத் தீ போல் காமக் கிளர்ச்சியை எழுப்பி இன்னல் விளைவிப்பனவற்றையே' என்பதை எல்லோரும் இனிது உணருதல் வேண்டும். ஏனெனில் நாவல்களில் நல்ல நாவல்களும் சிலவுண்டு. நல்ல ஆசிரியர்களும் சிலருளர். அந்நாவல்களையும் அவ்வாசிரியர்களையும் நான் பெரிதும் போற்றுகின்றேன். ஆனால் தீய நாவல்களை யும் அவைகளின் ஆசிரியன்மாரையும் நான் பெரிதும் வெறுக் கின்றேன். அவ்வாசிரியன்மார் இவைகளை எழுதி வெளியிட்டு நாட்டிலுள்ள ஆயிரக்கணக்கான மக்கள் வாழ்வைப் பாழ் படுத்தித் தாம் வயிறு வளர்ப்பதைக் காட்டிலும் இரந்துண்டல் நலமெனக் கூறுகின்றேன். இனிப் படிப்போரை நோக்கிச் சில உரைகள் பகருகின்றேன். அன்பர்களே! உங்கள் வாழ்நாளில் ஒவ்வொரு நிமிஷமும் மிகவும் அருமையானது. ஆகவே, புண்ணிய நூலல்லாத தீய நாவல் வெள்ளத்தில் அழுந்தி உங்கள் காலத்தை வீணாக்காதீர்கள். காலத்தைப் பொன்போற் போற்றுங்கள்! போற்றுங்கள்!! புண்ணிய நூல்களைப் படியுங் கள். தீய நாவல் களைத் தீயினுக்கிரை யாக்குங்கள்! தீந்தமிழ்ப் புலவர் களே! இந்நாவல் வெள்ளத்தைத் தடுத்தற்கு நாம் எத்தகைய அணை கோலுதல் வேண்டும்? முள்ளை முள்ளாற்களைந்தெறிவது போல், இத்தீய நாவல் வெள்ளத்தை நல்ல நாவல்களை மிகுதியாக வெளியிட்டே தடுத்தல் வேண்டும். ஆங்கிலமுந் தமிழும் பாங்குடன் கற்ற தமிழ் ஆசிரியர்கள் நல்ல நாவல்களை எழுதி வெளியிடல் வேண்டும். ஆகவே நாவல்களெழுதுதல் பாமரர் கரத்திலிருந்து பண்டிதர் கரத்திற்கு மாறுதல் வேண்டும். 'தீய நாவல்களை வாசித்தல் கூடாது' என்று பிள்ளைகளைப் பெற்றோரும், மனைவியை நாயகனும், மாணவரை ஆசிரியர்களும் அழுத்தமாகக் கண்டித்தல் வேண்டும்.

குமரன், ஜனவரி - பிப்ரவரி 1924

○

5

நாவல்
ஒரு சிறு ஆராய்ச்சி

என். வெங்கட்டரமணன்

நாவல் என்பது நவீனம் என்று கூறப்படும் ஒரு கதையைக் குறிக்கும். 'ஒரே ஒரு ஊரில், ஒரு அரசன் இருந்தான்' என்று ஆரம்பிக்கும் பழங்கதையைப் போலன்றி, "மாலை ரு

மணியிருக்கும்; நவபுரியின் ராஜவீதியில் தடதடவென்று ஒரு குதிரை வண்டி விரைவாக ஓடிக்கொண்டிருந்தது” என்று திடீரென்று கதையின் இடையில் ஆரம்பித்துத் துண்டு துண்டாகக் கதையின் சந்தர்ப்பங்களைப் பொருத்திக் கதையை எழுதி முடிப்பதே நாவலெனப்படும். இதற்கு ஆங்கிலேயர்களே நமக்கு முதன்முதலில் வழிகாட்டிகளாவர். மேல்நாட்டாரின் கூட்டுறவு பெற்ற பின்னரே, நந்தேசத்தில் இத்துறையில் நம்மவர் இறங்கலாயினர். நாவல்களை எழுதும் ஆசிரியர்கள் ஒவ்வொரு வரும் ஒவ்வொரு நோக்கத்தைக் கொண்டு எழுத ஆரம்பிக் கின்றனர். முதன்முதலில் கதைப் போக்கில் வாசகர்களின் கவனத்தை யிழுத்து, அவர்களை வியப்புறச் செய்ய வேண்டு மென்னுங் கருத்துடனேயே நாவல் எழுதப்பட்டது. ஒரு நாவலை வாசிக்க ஆரம்பித்தவுடன், கதை முடிகிறவரையில் பின்னால் கதை எப்படி முடிகிறதோ என்ற ஆவலைக் கிளப்பும் வகையில் கதை எழுதப்படுகிறது. கதையின் முடிவு இப்படித்தானிருக்கு மென்று முன்னாடி வாசகர்கள் ஊகித்துத் தீர்மானிக்க முடியாத படி, அவ்வளவு சாமர்த்தியமாய்க் கதையை எழுதிச் செல்லு வதே நாவலின் சிறப்பாகும்.

நாவல்களில் சாதாரணக் கதைகளென்றும், துப்பறியுங் கதைளென்றும், சரித்திர சம்பந்தமானவையென்றும் முப்பிரிவு களுண்டு. இன்னும் கதை சந்தோஷத்தில் முடிவது, விசனத்தில் முடிவது என்று வேறு இரு பிரிவுகளுமுண்டு. நமது நாட்டில் பூர்வீகக் கதைகள் அநேகமாக யாவும் சந்தோஷகரமான முடிவையே பெற்றிருக்கின்றன. இரண்டொரு கதைகளில் கதா நாயகர்கள் இறந்து பட்டார்களென்று கடைசியில் கூறவேண்டி வந்த பொழுது ஒரு சஞ்சீவியையோ அல்லது ஒரு தெய்வத் தையோ வரவழைத்து அதன் சக்தியால் இறந்தவர்களைப் பிழைக்கச்செய்து சந்தோஷப்படுத்திவிடுகின்றனர். விசனகரமான முடிவோடு கதையை எழுதுவது தோஷமென்பது முன்னோர் களின் கொள்கைபோலும். இக்கருத்தைத் தழுவியே பூர்வீக கதாசிரியர்களனைவரும் நடந்திருக்கின்றனர். தற்போது இக்கொள்கை பறந்துபோய்விட்டது. ஆங்கிலத்திலும் வங்காளி யிலும் ஆந்திரத்திலும் விசனகரமான முடிவோடு கூடிய கதைகள் பல எழுதப்படுகின்றன. தமிழிலும் சிறுபான்மையோர் இத்துறையில் இறங்கியிருக்கின்றனர்.

நாவல்களெழுதுவதன் நோக்கம் தற்போது உலகானுபவங் களை ஒருங்கு திரட்டிக் கொடுப்பதே யாதலால், உலகில் பல சம்பவங்கள் துக்கத்தோடு முடிகிறதென்பதை வாசகர் களுக்கு நினைப்பூட்டி எச்சரிக்கை செய்யும் வகையில் நாவல்கள் எழுதுவது அவசியமும் பயனுடையதுமாம்.

பழங்கதைகள் பெரும்பாலும் ஒரு அரசனையோ ஒரு பிரபுவையோ கதாநாயகனாய் வைத்தே எழுதப்பட்டன. தற்கால நாவல்களோவெனில், சாமானிய மக்களின் வாழ்க்கையும்

சுவை தரக்கூடியதாய் நடைபெறுகிற தென்பதையும், பொது ஜனங்களின் வழக்கு ஒழுக்கங்கள் இப்படிப்பட்டவை யென்பதை யும் விளக்குபவையாய், சாமானிய மக்களைக் கதாநாயகர் களாகக் கொண்டு எழுதப்படுகின்றன. முற்காலக் கதைகளோ, அரசர்களுடையவும் பிரபுக்களுடையவும் வாழ்க்கையைப் பற்றியே கனவு காண்பவைகளாயிருந்தன. தற்கால நாவல்களோ, தோட்டி முதல் தொண்டமான் வரையிலுமுள்ள எல்லா மக்களுடைய வாழ்க்கையையும் வர்ணிப்பவையாய், வாசகர்கள் அவரவர் நிலைமைக்கேற்ப அவ்வவ்வனுபவங்களைத் தாமே யனுபவித்து ஆனந்திக்கும்படி எழுதப்படுகின்றன. முற்காலக் கதைகளில் உலகில் நடைபெறக்கூடாத—இயல்புக்கு மாறான—ஆச்சரிய சம்பவங்களை நடந்தன போல் எழுதப்பட்டன. மனத்திற்குத் தோன்றியபடியெல்லாம் மகத்துவங்களைக் கற்பித்து வைத்தனர். ககன குளிகையைக் கொண்டு நினைத்த இடத்திற்குச் செல்லுதல், மாந்திரீகக் கோலால் இறந்தவர்களைப் பிழைப்பித் தல், மனிதரை மிருகங்களாக்குதல், மிருகங்கள் மற்றும் பல உருவங்களை யடையச்செய்தல், மக்களுக்கு விலங்குகளும், விலங்குகளுக்கு மக்களும் பிறத்தல், தேவலோகத்திற்குப் போதல், தேவர்களோடு சம்பாஷித்தல், தபோ மகிமையால் பல மகத் துவங்களைப் புரிதல் ஆகிய கற்பனைகள் வாசகர்களை பிரம்மிப் படையச் செய்தன. தற்கால நாவல்களில் எவ்விதக் கற்பனை களைச் செய்தபோதிலும், அவை உலகில் இயல்பாக நடக்கக் கூடிய சம்பவங்களாகக் காட்டியே வர்ணிக்கப்படுகின்றன. இதனால் வாசகர்கள் தாமும் அதுபோல் நடக்கக் கூடுமென்ற ஓர் படிப்பினையைப் பெறுகின்றனர்.

தற்கால நாவலாசிரியர்கள் தாம் எழுதும் நாவல்களின் மூலமாய்த் தாங்கொண்ட சீர்திருத்தக் கருத்துகளை ஆங்காங்கே பதித்து, வாசகர்களின் மனத்தில் அவற்றை ஊன்றச் செய்கிறார் கள். சிலர் கதைகளினிடையில் உலகானுபவக் குறிப்புகளை ஏராளமாகத் திரட்டிக் கொடுப்பர். சிலர் ஆசார சீர்திருத்தங் களை யுட்புகுத்துவர்; சிலர் வருணாசிரம தர்மங்களை நிலை நாட்ட எண்ணுவர்; சிலர் ஜனசமூகத்தினிடையில் பரவியுள்ள மூட நம்பிக்கைகளை வேரறக் களைய முயல்வர்; சிலர் தேசாபி மானத்தைத் தூண்டிவிடுவர். இவ்விதம் தத்தங் கருத்துக்களை நாவல்களின் மூலமாகப் பரவச்செய்ய விரும்புவர் நாவலா சிரியர்கள்.

சிலர் தாமும் கதை எழுதியதாக விருக்கட்டுமென்றும், அதன் மூலமாய்ப் பொருள் கிடைத்தாற்போதுமென்றும், பாஷைக்கும் நாட்டுக்கும் அடுக்காத முறையில் சிற்றின்ப ஊழல்களை விரித் துரைக்கும் ஆபாசக் களஞ்சியங்களாய் நாவல்களெழுதி வெளி யிடுகின்றனர். அதனாலேயே நாவல்களைப் படித்துக் கெட்டுப் போகிறார்களென்று சிலர் குறைகூறயிடமாயிற்று. ஆதலால், புத்தகாலயங்கள் முதலியவற்றில் நல்ல நாவல்களாகப் பார்த்து

அமைக்க வேண்டும். சிறுவர் சிறுமிகளுக்குப் படிக்கக் கொடுக்கும் நாவல்கள் நல்லவைகளாயிருக்க வேண்டும்.

சில ஆசிரியர்கள் நாவல்களில் ஆடவர்களையோ, பெண்களையோ வர்ணிக்கப் புகுந்த விடத்துப் பழம்பாடமென்று படிப்போர் வெறுக்கும்படி ஒவ்வொரு உறுப்பாக உவமான உவமேயங்களுடன் நீண்ட வர்ணனைகளை எழுதுகின்றனர். இஃது கண்டிக்கத்தக்கதாம். சுருங்கச் சொல்லல், விளங்க வைத்த லென்றபடி வர்ணனைகள் அமைய வேண்டும். ஒரு கதையில் ஆடவர்க ளனைவரும் ஒரே விதமாகவும் வர்ணித்தல் கூடாது. கதாபாத்திரங்களுக்கேற்ப ஒருவர்க்கொருவர் வித்தியாசப்பட்டவர்களாகத் தென்பட வேண்டும். மாமிக்கும் மருகிக்கும், எஜமானுக்கும் ஊழியனுக்கும், பணக்காரனுக்கும் ஏழைக்கும், அவரவர் நிலைமைக்கேற்ப அறிவு, குணம், அழகு இவற்றில் வித்தியாசங்கள் தென்பட வேண்டும்.

கதையில் வரும் பாத்திரங்கள் அனைவரையும் எல்லா இலக்கணங்களுமமைந்த அழகர்களென வர்ணித்தலுங் கூடாதாம். ஏனெனில், உலகில் சாதாரணமாக மிக்க நல்லவர்களெனப் பட்டவர்களிடத்திலும் ஏதேனும் ஒரு குறையிருந்து வருவதைக் காணலாம். கதாநாயகி நாயகர்களா யிருப்போரே அக்கதையின் முக்கியமான பாத்திரங்களாதலால், அவர்கள் மற்றவர்களைக் காட்டிலும் அறிவிலும், அழகிலும், ஆண்மையிலும் மிகுந்தவரெனக் காட்டி எழுதுதல் உலகவழக்கமேயாம். ஆயினும் ஆரம்பத்தினின்றும் கதையின் முடிவு வரையில் சற்றும் மாறுதலடையாத பாத்திரங்களாகக் காட்டி எழுதுதல் இரசமுடையதல்ல. எனவே, ஒரு கதாநாயகனைப் பொறுமையுள்ளவன் என்று கூறியதனாலேயே எப்பொழுதும் அவன் சற்றும் மாறுதலடையாத சுபாவமுடையவனாய், எவ்விஷயத்திற்கும், எச்சமயத்திற்கும் பொறுமையைக் கைக்கொண்டு ஒரே விதமாக நடப்பவனாகக் காட்டி யெழுதுவது, மனித சுபாவத்திற்கு மாறுபடுவதோடு, கதாநாயகனைச் சடப் பொருளாக்கி விட்டது போலாய் விடும்.

இதுகாறும் நாவல்களின் பொது இலக்கணங்களைப் பற்றிச் சிறிது கூறினாம். இனி, தமிழ் நாவல்களைப் பற்றிச் சிறப்பு வகையில் இரண்டொரு விஷயங்களைப் பற்றிக் கூறி முடிப்பாம். இதுகாறும் தமிழ் மொழியில் வெளியாயிருக்கும் நாவல்களிற் பெரும்பாலன ஆங்கில நாவல்களின் மொழிபெயர்ப்புகளாகவே யிருக்கின்றன. நமது நாட்டுக்கும் சமயத்திற்கும் அடுக்காத முறையில் நடந்துவரும் ஆங்கிலேயர்களின் பழக்க ஒழுக்கங்களைப் பற்றி விவரிக்கும் ஆங்கிலேய நாவல்களைத் தமிழில் அப்படியே மொழிபெயர்ப்பதால் தமிழர்களின் தூய மனத்தில் மாசு படியச் செய்யப்படுகிறது. அப்படி மொழிபெயர்க்க நேர்ந்தபோது மேல்நாட்டாரின் ஆபாச நடவடிக்கைகளை மாற்றி அவற்றை நமது நாட்டுக்குரிய வகையில் திருத்தியெழுத

வேண்டுவ தின்றியமையாததாம். அப்படிச் செய்வது நம்மில் அருமையாக விருக்கிறது. வங்காளி நாவல்களும் சில தமிழில் மொழிபெயர்க்கப்பட்டுள்ளன. அவைகளும் தமிழ் மக்களின் பழக்க வழக்கங்களுக்குச் சற்று மாறுபட்டனவேயாம். சுதந்தர மாகத் தமிழில் தோன்றியுள்ள நாவல்கள் மிக மிகச் சிலவே. அவற்றுள்ளும் பெரும்பாலன கதையமைப்பில் அவ்வளவு உயர்வுடைத் தானவையல்ல. கதையை அற்புதமாகச் சமைப்ப தில் ஆங்கில நாவலாசிரியர்கள் மிகத் திறமையுடையவராம்.

தமிழ் நாவல்கள் தமிழரின் சமூக வாழ்க்கையையும், சமய நலத்தையும், அரசியல் முறையையும், பண்டைப் பெருமை யினையும் விளக்கிக் காட்டுவனவாய் எழுதப்பட வேண்டும். இக்காலத்தில் சாமானிய மக்களிடையில் கல்வி யறிவையும், உலகியல் ஞானத்தையும், பகுத்தறிவையும் விரைவில் பரவச் செய்வதற்கு நாவல்களே ஏற்ற எளிய கருவிகளா மென்பதை யாரே யறியாதார்? ஆதலின் நாவலாசிரியர்களின் பொறுப்பு மிகவும் கவனிக்கத்தக்கதாம். நாவல் வெள்ளம் நமது நாட்டில் புகுந்தது முதற்கொண்டே நம்மில் இளங் காளைகளின் மரணம் பெருகி வருகிறதென ஓர் பெரியார் கூறுகிறார். அதில் எவ்வளவோ உண்மை யடங்கி யிருக்கிற தென்பதைக் கவனிக்க வேண்டும்.

ஒழுக்கம் விழுப்பந் தரலா னொழுக்கம்
உயிரினு மோம்பப் படும்

என்பதற்கேற்ப, தமிழ் நாட்டுச் சிறுவர் சிறுமிகளின் ஒழுக்கத்தை யரண் செய்து காக்கும் வகையில் தமிழ் நாவல்கள் தோன்ற வேண்டும்.

தமிழ்ப் பண்டிதர்கள் சிலர் தாமெழுதும் நாவல்களை உயர்ந்த நடையில் பண்டிதர்களே படித்தறியத் தக்கபடி எழுதி வெளியிடுகின்றனர். அதுவும் பயனற்ற செயலாம். நாவல்கள் சாமானிய மக்களுக்கே பெரிதும் பயன்பட வேண்டுவன வென்பதை யொருமுறை சிந்தித்துப் பார்த்துச் சுலபமான நல்ல தமிழ் நடையில் அவற்றை எழுத முயல வேண்டும். இங்கு தனித் தமிழ்ப் பாதுகாப்பின்மீதும் சிந்தையிருத்தல் அவசியமாம். தற்போது தமிழில் சில வாக்கியங்களைப் பிழையற எழுதத் தெரியாத சாமானியரும் நாவலாசிரியராக வெளிக் கிளம்பு கின்றனர். இக்குறையும் நீக்கப்பட வேண்டும்.

தமிழ் நாட்டுப் பண்டைய சரித்திர சம்பந்தமான நாவல் களும் எழுதப்பட வேண்டும். நாவல்களில் கதைகளினூடே பூத பௌதிக சாஸ்திர உண்மைகளையும், தெய்வபக்தி, தேசபக்தி முதலிய உணர்ச்சிகளையும் புகுத்தி எழுதுவதும் பயன் தருவ தாம். பொதுவாகத் தமிழரின் சமூக வாழ்க்கையைச் சீர்திருத்தி ஒற்றுமை, உண்மை, அன்பு, வீரம், ஒழுக்கம் முதலிய பண்பு களைப் பெருக்கி யமைக்கும் வகையில் நாவல்கள் தோன்ற வேண்டும். நாவல்களால் தீமை யுண்டாகிறதெனக் கூறி

அவற்றை இகழ்ந்து வருவதாற் பயனில்லை; அவற்றைச் சீர்திருத்தி நாட்டிற்கு நன்மை விளைக்குஞ் சாதனமாகச் செய்துகொள்ளுதலே அறிவுடைமை யாகுமென முடிவாகக் கூற விரும்புகிறோம்.

குமரன், ஜூன் - ஜூலை 1924

○

6

தமிழ் நாவல்கள்

[சில குறிப்புக்கள்]

ஸ்ரீமதி *** அம்மாள், சென்னை

தமிழ் நாட்டில் நன்னெறி போதிக்கும் உயர்ந்த தத்துவார்த் தத்தை விளக்குவதான நூல்கள், ஞானோதயம் பெற்ற மகான் களால் கோடானுகோடி இயற்றப்பட்டுள்ளவாயினும், இயற்கைக் கொட்டி, பலவகைப்படும் மனிதர்களின் மனோ நிலைமையை நன்குணர்த்திக் கூறுவதான 'நாவல்' என்னும் புதிய வழியை யனுசரித்து எழுதப்பட்ட புத்தகங்கள் மிகச் சிலவேயுள்ளன. அவற்றிலும் பொருட்சுவை, நடையழகு, இயற்கை யனுபவம் இவை மூன்றும் சேர்ந்து காணப்படும் 'நாவல்'கள் பின்னும் குறைவுபடும். இவ்வகையான புத்தகங்கள் மற்றப் பாஷைகளில் விட ஆங்கிலத்தில் பெரும்பாலும் நாம் காணலாம். இயல்புக்கு விரோதமாய் அதிசயோக்தி மிகுந்து நின்ற கவிகள், கதாசிரியர் கள், அப்போதைக்கப்போது தங்கள் குற்றம் குறைவுகள் வெளிப்படையாயெடுத்துப் பேசிக் கண்டனம் செய்யப்படு கின்றமையால், உலக ரீதி சற்றும் பிசகாமல், படிக்கப்படிக்க அதிக ஆச்சரியகரமான விஷயங்கள் புலப்படக்கூடிய வண்ணம் கதாரூபமாய் வெளியிட்ட நூல்கள் அங்கு அநேகமிருக்கின்றன. கேவலம் கற்பனா சக்தியின் மேன்மையினால் புனையப்பட்டுக் கட்டுக்கதைகளென வெளிவரும் புத்தகங்கள், ஜனங்களுக்கு நல்லறிவை யூட்டும் தெய்வீகப் பான்மையுள்ள அரிய கிரந்தங் களிற் சேர்ந்தனவாய் இலங்குவதில்லை. இயற்கையின் விசேஷங் களையும், வாழ்நாளிலுள்ள உண்மையான அனுபவங்களையும் தமது சொல்வன்மையினால் கண்ணாடி கொண்டு காட்டுவது போல் எடுத்துரைக்க வல்லவரே நூலாசிரியரென்னும் சிறந்த பெயருக்குரியவரென அங்கு மதிக்கப்படுவர்.

நம்மைச் சுற்றிலும் நாம் தினசரி காணும் நிகழ்ச்சிகள் எவ்வளவு அற்பமாயும், விஷயமின்றியும் நம் புத்திக்குத் தோன்று கின்றன! அவைகளையே இவ்வபூர்வமான மனோபாவம்

படைத்த கல்வியறிவாளர்கள், அவைகளினுள் பொதிந்து கிடக்கும் உண்மை விசேஷங்கள் விளங்குமாறு நமக்குத் திறமையுடன் எடுத்துரைக்கும்பொழுது, மிகச் சாதாரணமாய் முதலிற்பட்டது. பிறகு எவ்வித முக்கிய கருத்துக்க ளடங்கியனவாய், மனதிற்குத் தோன்ற நாம் மட்டில்லா வியப்படைகின்றோம்! அப்படிப்பட்ட வோர் திறமை தானாகவே உண்டாவது, கடவுளின் அருட் பொழிவேயென்பதில் என்ன சந்தேகம்! இங்கிலாந்தில் டிக்கன்ஸ் *(Charles Dickens)* என்னும் பெரிய நூலாசிரியரும், ப்ரான்சில் விக்டர் ஹ்யூகோ *(Victor Hugo)* என்னும் கவிவாணரும், அவ்வூர்களில் வறுமையால் வருந்திய ஜனங்களின் பரிதபிக்கத்தக்க நிலைமையையும், மதப்பற்றுக் குறைவினாலேற்பட்ட தீச்செயல்களையும், இழிதொழில்களையும் கண்ணுற்று, தாங்கொணாத் துயரமடைந்து, அவர்கள் முன்னேற்றமடைய வேண்டுமென்றே, தாம் கண்ணாற் பார்த்துணர்ந்தவைகளைக் கதாரூபமாய் வெளியிட்டனர் என்று சொல்லுவார்கள். மற்றவர்களுக்கு வெகு சகஜமாய்க் காணும் விஷயங்களே, ஹிருதயத்தை ஊடுருவிச் சென்று புண்படுத்தக்கூடிய நுட்பமான மன உணர்ச்சியையும், ஜீவகாருண்யத்தையும் இம்மகான்களுக் குண்டாக்கினவென்றால், அவர்கள் உள்ளம் கசிந்துருகியவுடன், அவ்வுணர்வுக்கேற்ற சொற்றிறமையும் அவர்களுக்கியல்பாகவே உதித்த தென்பதில் நாம் வியப்படைய வேண்டுமா? நாம் எழுதத் தொடங்கும்பொழுது நமது கவலை, சிரமம் இவை சிறிதுமின்றித் தானாகத் தோன்றுவதே, அச்சமயமுள்ள நம் மன நிகழ்ச்சிகளை உற்றவாறு விவரிக்க வல்லதென்று, ஆங்கில சிரோமணிகள் பலர் எழுதியிருக்கின்றார்கள். எக்காலத்திலும் தமிழ் மொழியிலே ஒரு சிறந்த நூலாய் மதிக்கப்பட்டு வர வேண்டிய புத்தகமென்றால், அதற்கென்னென்ன குணங்கள் அமைந்திருக்க வேண்டு மென்பதைச் சற்று ஆராய்வோம்.

ஒரு கவியானவன், பிறக்கும்பொழுதே அவ்வித சக்தியுடன் பிறக்க வேண்டுமே யொழிய, பிறகு அவ்வாறு தேர்ந்தவனாவது அசாத்தியமென்பது படித்தவர் எவரும் அறிந்ததே. தம்மனதிற் றோன்றிய சிறந்த எண்ணங்களை அவைகளுக்குரிய நடையில் சொல்லவும், எழுதவும் திறமை வாய்ந்தவர்கள், ஏக காலத்தில் பல பெயரிருப்பது அரிது. ஏனெனில், மனோதர்மமும் கல்வி யறிவுமே இயற்கையில் ஈசுவரனளிக்கும் வரன்களாயிருக்க, எதையும் ஆழ்ந்து நோக்கும் தன்மையும், மெய்யன்புடன் உள்ளம் கனிந்து தோன்றும் கூரிய மன உணர்வும் யாவரும் எளிதில் பெற்றிருப்பது சாத்தியமா? ஒரு பிறவிக் கவியின் மனதானது எப்பொருளைக் காண்பினும், எவ்விதக் காட்சியை நோக்கினும், மற்றவர்களைப் போல் ஸ்தூலமாய்ப் பாராமல், உடனே அதைப் பரிவுடன் உட்புகுந்து நோக்கி, தன் மயமாய்ப் பாவிக்கத் திறமை வாய்ந்திருப்பதனாலேயே, மற்றெவருக்கும் சாத்தியமல்லாத ஒரு பாஷைத் தேர்ச்சியையும், விவரித்தெடுத்துரைக்கக்கூடிய ஒரு இயற்கைச் சக்தியையும், அவன் பெறுகிறானென்பது திண்ணம்.

அப்போதைக்கப்போது மாறும் தன்மையுள்ள உலக ரீதியையும், ஜனங்களின் பல வேறுபாடுள்ள மனப்போக்கையும், உள்ளபடி உணர்ந்து கவி கூறும்பொழுது, மகா ஞானம் படைத்த ஒரு தீர்க்கதரிசியோவென, சில சமயங்களில் நாம் வியப் பெய்து கிறோம். தன் காலத்தில் தன்னைச் சுற்றிலும் நிகழுபவைகள், அப்போதிய நிலைமை, இவைகளை எடுத்துக் காட்டுவது மாத்திரமல்ல, மற்று எக்காலத்தும் எத்தன்மையிலும் சிறந்தி லங்கக் கூடிய சில உண்மை உணர்வுகளையும், தேர்ந்தறிவதான நுட்ப திருஷ்டியும், தெய்வீகப் புலமை வாய்ந்த ஒரு மகானுக்கேற் பட்டிருக்கும் இயல்பிற்கு முற்றிலும் ஒட்டியிருப்பதாலன்றோ, பல நூற்றாண்டுகள் கழிந்த பின்னரும் ஷேக்ஸ்பியர், காளிதாசன், வால்மீகி, வியாசர், கம்பர் முதலிய மகா கவிகளியற்றிய நூல்கள், எந்நிலைமையிலும் எப்பாஷையிலும் எத்தேசத்திலும் ஒரேவித மனக்களிப்புடன் படித்துக் கொண்டாடப் பெற்று வருகின்றன. இதர நூல்களுக்கும் அவைகளுக்குமுள்ள வித்தியாசம் எவருக்கும் எளிதில் விளங்கக் கூடியதாயிருக்கின்றதல்லவா? அயோத்தியா காண்டத்தில், தந்தையின் உறுதிமொழியைக் காப்பாற்றுவதின் நிமித்தம் ஸ்ரீராமர் நகரை விட்டுக் கிளம்பும்பொழுது அங்குள் ளோரனைவரும் பரிதபித்த நிலைமையைப் படித்த உடன் கண்ணீர் வடிக்காதார் யார்? அச் சோகரசத்தை அவ்விதம் மனதில் தைக்கச் செய்து, கண்முன் அப்பொழுதுதான் நடப்பது போல் காட்டிய சக்தி, அம்மகா கவியினுடையதே யன்றோ! கவி கூறுபவற்றை ஊன்றிப் படிப்பவர்கள், உண்மையில் நடப்ப வைகள் போல் அனுபவிப்பதே எழுதுவதின் அபூர்வ திறமை யாகும். இல்லாவிடில், ஜீவநதி போல் என்றும் வற்றாத இன்பச் சுவையை அவருடைய மொழிகளிலிருந்து நாம் எங்ஙனம் பருக முடியும்! உலகியல்பு எங்காவது சற்றுப் பிசகினாலும் வாசிப்பவர் கள் மனதில் உடனே அசட்டை யுண்டாவது முற்றிலும் திண்ணம். ஸ்வயமாகவே மிகவும் நுட்பமான உணர்ச்சிகளும், தெள்ளிய மனோபாவமும் அடைந்து சிந்திக்கும் பாக்கியம் பெற்றாலன்றி, எந்நாளும் சிறந்ததாய் மதிப்புறக்கூடிய நூல் களியற்றுவது சாத்தியமல்ல. எது எப்படியாயினும், நூலாசிரி யனாக விரும்புவன், ஒவ்வொன்றையும் கூர்ந்து நோக்கித் தன் மனதிற்குப் பட்ட பிறகே எழுதத் துவக்க வேண்டுமென்பதை, முதற் கோட்பாடாகக் கொள்ளுவது முற்றிலும் அவசியமே.

மற்றொரு விஷயமும் கவனிக்கத் தக்கது. ஆங்கிலத்தில், பாஷையின் நடையைப் பற்றி வெகுவாயெடுத்துப் பேசுவதுண்டு. அது மிகவும் முக்கியமானதென ஒவ்வொரு பாஷையின் சாகித் திய சிரோமணிகளும் ஒப்புக்கொள்ளத் தடை செய்யார்கள். ‘ஒருவன் எழுதும் ரீதியே அவனை நன்கு விளக்கா நிற்கும்’ என் னும் கொள்கை, ஒரு பழமொழி போல் மேல்நாட்டில் கற்றறிந் தவர்களுக்குள் வழங்குகின்றது. ஒவ்வொரு கவிக்கும், அவருடைய ஸ்பாவத்திற்கும் மனப்போக்கிற்கும் ஏற்றவாறு நடையமைந் திருக்குமே யொழிய, ஒருவருடையது மற்றொருவருடையது

போல் ஒரு நாளும் இருக்க முடியாதெனவும்; அப்பொழுதே, அவர்கள் தங்கள் உள் எண்ணங்களையும், அபிப்பிராயங்களையும் உள்ளபடி வெளியிடவும், படிப்பவர் அவைகளைத் தெளிவாயறிந்து கொள்ளவும் இயலுமெனவும் அங்கே கூறுகிறார்கள். அரிய பெரிய கருத்துக்களை வெளியிடுவதாயினும், பாஷையின் போக்கானது அந்தந்தக் கவியின் இயல்பிற்குற்றவாறு பலதிறப்பட்டு விளங்கின், படிப்பவர்களுக்குச் சலிப்பை ஒருபோதும் உண்டாக்காமல், பின்னும் மனோற்சாகத்தையே எப்பொழுதும் அளிக்கு மன்றோ! தமிழில் இவ்வித்தியாசத்தை ராமலிங்கப் பிள்ளை, தாயுமான ஸ்வாமிகள் முதலிய பக்த சிகாமணிகளுடைய செய்யுட்களில் நாம் அறியக் கூடுமாயினும் எளிய நடையெனவும், அரிய கருத்துக்களடங்கிய கடின நடையெனவும் இம்முறையில் மட்டுமே நாம் பிரித்துச் சொல்ல முடியும். கவியினியல்பை அவன் எழுதும் ரீதியினின்றும் தெரிந்து கொள்ளக் கூடுமென்பது படிப்போருக்கும் மிகவும் உவப்பையே தந்து, அதை ஆராய்ச்சி செய்து பேசவும் எழுதவும் அவர்களைத் தூண்டுகின்றது. இவ் விதம் மேன்மேலும் நுட்பமாய் விசாரணை செய்து விஷயங்களைக் கண்டறிவதனாலேயே, மேல் நாட்டில் சாகித்தியம் அளவு கடந்ததாயும், எல்லையற்ற பெருமையுற்றதாயும் விளங்குகிறதென நாம் திட்டமாய்க் கூறலாம். கவித்திறன் கால் பங்கும் உழைப்பின் பெருமையே முக்கால் பங்குமென்பது பொய்யில்லையாயின், தமது தாய்மொழி வளர்ந்தோங்கிச் சிறப்புற வேண்டுமெனத் தாம் உண்மையான ஆர்வமும் அவாவும் கொண்டவர்களென்பதை நிரூபித்து, தமிழ் மக்களும் நற்பயனெய்த முயலுவது எவ்விதத்திலும் மேன்மையே.

பஞ்சாமிர்தம், 2(4), ஆடி 1925

○

7

நாவல்கள்

A. அரங்கசாமி அய்யங்கார், B.A., B.L. நாமக்கல்

நாவல் என்பது சாதாரண ஜனவாழ்க்கையை விவரிக்கும் கற்பனைக் கதை. அந்தப் பதத்திற்கு 'நவீனம்' என்று அர்த்தம். சாமானிய நடவடிக்கைகளில் என்ன புதுமை? பாமர ஜனவாழ்வின் விவரத்தில் என்ன ரசமிருக்கிறது? அதென்னமோ! மேனாட்டில் நூறாண்டுகளுக்குமுன் இப்படிப்பட்ட கதைகள் வெளிவந்தபோது நவீனமாயிருந்ததால் 'நாவல்' என்று அழைத்தனர். அதின் சாரத்தைப் பற்றி நாவல் வாசிப்போரையே கேட்க வேண்டும். சர்க்கரையின் இனிப்பை ருசிபார்த்தே

அறிய வேண்டும். நாவல்கள் வெளிக்கிளம்பினதும் எல்லோருடைய மனதையும் கவர்ந்தன. இப்பொழுது எந்தத் தேசத்திலும் 'நாவல்' இல்லாத வாழ்க்கையைக் கனவிலும் கருத முடியாது. நாவல் எழுதுவோர்களோ, மேதாவிகளாகவும் ஒருவித சிருஷ்டி கர்த்தாக்களாகவும் கொண்டாடப் படுகின்றனர். டிக்கன்ஸ், ஹ்யூகோ, பால்சக், தாக்கரே இவர்கள் கீர்த்தி, வால்மீகி, காளிதாசர்களின் புகழையும் தோற்கடிக்கும் போலிருக்கின்றது. நம் நாட்டிலும் நம் பெண்மணிகளுக்கு நகை பைத்தியத்திற் கடுத்தபடி, நாவல் பித்தென்று சொல்லலாம். இதன் இரகசியமென்ன? நாவலில் அப்படி என்ன விசேஷமிருக்கின்றது?

கற்பனைக் கதைகளில் நாவலே சிரேஷ்டமானது. எவ்விதம் மானுட வாழ்க்கையில் படிப்படியாக, தன் திறனில்லாத குழந்தைப் பருவத்தையும், அறியாப் பாலக தசையையும், யௌவன பருவத்தின் பகட்டையும் மலைப்பையும் கடந்து, கிரஹஸ்தாசிரமத்தில் ஸ்திரீ புருஷர்கள் அறிவு முதிர்ந்து பகுத்தறிவோடும் அமைதியோடும் விளங்குகிறார்களோ, அவ்விதம் நாவலும் கற்பனைக் கதைகளுக்குச் சிகரமாக விளங்குகின்றது.

குழந்தைப் பருவம்: கதைகளில் அனேக விதங்களிருக்கின்றன. ஒவ்வொரு காலத்திலும் நம்முடைய பருவத்திற்கொத்த அறிவுக்கும் மனப்போக்கிற்கும் ஏற்ற கதைகளே பிடித்தமாயிருக்கின்றன. குழந்தைகள், 'அம்மா ஒரு கதை சொல்லு' என்னும்போது ஏதாவது பேருக்கு ஒன்று சொன்னால் சரி. இயற்கை விரோதம், அசம்பாவிதம், இவ்விஷயங்கள் அவர்களுக்குத் தோன்றுவதில்லை. ஒரு பூனை யானையைத் துரத்திஅடித்ததென்றாலும், 'அப்படியா!' என்று கேட்டுக்கொண்டு தூங்கிவிடுவார்கள்.

வாலிபப் பருவம்: ஆனால் அறிவு சீக்கிரத்தில் வளர்ந்துவிடுகிறது. முன்னில்லாத சந்தேகங்கள் ஜனிக்கின்றன. 'அம்மா பூனை எப்படி அவ்வளவு பெரிய யானையை எதிர்க்க முடியும்? அந்தப் பெண், புலியை எப்படிக் கலியாணம் செய்துகொண்டாள்?' என்ற கேள்விகளுக்குப் பதில் சொல்ல வேண்டியிருக்கிறது. இந்தச் சந்தர்ப்பத்தில் சமாதான அம்சமாகவோ, வேறு எவ்வித லக்ஷணயமாகவோ, மந்திரமும் ஜாலமும் நுழைகின்றன. மாயா வினோதக் கதைகளில் ஆழ்ந்து, சிறுவர்கள் சாப்பாட்டையும் மறக்கிறார்கள். பூதங்களும், யக்ஷிணிகளும் தேவதைகளும் வந்து உலாவுகிறார்கள். ஒரு லாந்தரைத் தேய்த்தமாத்திரத்தில் பூதகணங்கள் வெளிப்பட்டு, மாளிகைகளையும் பட்டணங்களையும் நிர்மாணம் செய்கின்றன; நகரங்களை அடியோடு பெயர்த்துக் கொண்டு போகின்றன. சாபத்தாலும், மந்திரத்தாலும் மனிதர்கள் மிருகங்களாக மாறுகின்றார்கள். இயற்கையில் மனிதர்களுக்கேற்பட்ட குறைவுகளும் தடங்கல்களுமின்றி, சுயேச்சையாக ஆகாயத்திற் பறந்துகொண்டும், நீர்க்குள்ளிருக்கும் பட்டணங்களில் சஞ்சரித்துக்கொண்டும் ஆனந்தமாகத் திரிகிறார்கள்.

யௌவனப் பருவம்: வாலிபர்கள் வெகு சீக்கிரமாக வளர்ந்து விடுகிறார்கள். அதுவும் நம் தேசத்தில் சொல்ல வேண்டிய தில்லை. பொம்மைகளை வைத்து நேற்று விளையாடிக் கொண டிருந்த பெண்கள், இன்று நம் கண்ணெதிரிலேயே திடீரென ஸ்திரீகளாக வளர்ந்து, விளங்குகிறார்கள். அவர்கள், முன்பு மனோவேகத்தினால் கிரகித்த மாயா மாலங்களைப் பிரத்யக்ஷ மாகக் காணாமல், இயற்கை விரோதமான கதைகளில் ருசியை இழக்கின்றார்கள். அவர்கள் சரீரத்திலும் மனதிலும் ஒரு நவீன சக்தி கிளம்பி அடக்க முடியாமல் ததும்புகின்றது. மனுஷ வாழ்க்கையில் கொடி மின்னல் போல் தோன்றி மறையும் யௌவன பருவத்தை யடைந்துவிட்டார்கள். கற்பனைக் கதையும் அவர்களோடு யௌவனத்தையடைந்து, 'ரோமான்ஸ்' ஆக விளங்குகின்றது.

இந்த 'ரோமான்ஸ்' கதையையே நாவலின் தாயாகச் சொல்ல லாம். அல்லது, 'ரோமான்ஸ்' என்னும் மாதே யௌவனத்தைக் கடந்து, அறிவுத் தேர்ச்சியோடு நாவலாக மாறினாள் என்றும் வைத்துக்கொள்ளலாம். 'ரோமான்ஸ்' கதைகளில், இயற்கை விரோதமான அசம்பாவித விஷயங்கள் கிடையா *(? - பதிப்பா சிரியர், பஞ்சாமிர்தம்).* ஆனாலும் நாடோடி வாழ்க்கையையும் காண முடியாது. ஜக முழுதும் யௌவனத்தின் சோபையில் களங்கமற்று விளங்குகின்றது. சாமான்ய விஷயங்களுக்கும் பாமர ஜனங்களுக்கும் அங்கே இடம் கிடையாது. அரசர்களும் வீரர்களும் அரசகுமாரிகளும் சீமாட்டிகளுமே கதாநாயக நாயகிகளாக வருகிறார்கள். தேசங்களும், சமுகங்களும் தோன்றி மறைகின்றன. சேனைகளின் கோஷங்களும், படைகளின் இரைச் சலும், கோட்டை கொத்தளங்களும், மாளிகைகளும், உத்யான வனங்களும், சதுரங்கக் காய்கள் போல் பொழுதுபோக்கிற்காக நம்முன் வந்து விளையாடுகின்றன. எங்கும் ஜயமும் உற்சாகமும் சௌர்யமும் சௌந்தர்யமும் வியாபித்திருக்கிறது. யௌவன பருவத்தவர், 'ரோமான்ஸ்' கதைகளின் வனப்பில் மூழ்கி மயங் காதவர்களுமுண்டோ? பின்னாட்களிலும் அக்கதைகளின் மயக்கம் நம்மை வலிக்கின்றது. ஸ்காட், டூமாஸ், மாரிஸ் இவர் களின் 'ரோமான்'ஸுகளுக்கு அழிவுண்டோ? அவைகளின் எழிலுக்கும் குறைவுண்டோ?

தமிழ்ப் பாஷையில் சரியான 'ரோமான்ஸ்'களில்லை என்று சொல்ல வேண்டும். அனேக வருஷங்களுக்கு முன் வெளிப் போந்த *பிரேமகலாவதீயம்* ஒருவிதமான கிரந்தம். நாளிது வரையில் அது எனக்குப் பிடிக்கிறதா இல்லையா என்று சொல்லத் தெரியவில்லை. மற்றப்படி, 'ரோமான்'ஸிற்கும் நாவலிற் கும் நடுவில் — வேதநாயகம் பிள்ளையின் *பிரதாப முதலியார் சரித்திரம், பத்மாவதி* ஆசிரியர் மாதவையரின் *விஜயமார்த் தாண்டம்* இவைகளோடு, சில வருஷங்களுக்கு முன் பதிப்பிக்கப் பட்ட *விஜயகாருண்யம்* என்றதையும் சேர்த்துக்கொள்ளலாம். இன்னும் அனேகம் இருக்கிறதாகச் சொல்லுவார்கள் சிலர்.

விஜயமார்த்தாண்டத்தின் ஆசிரியர், முதல் அத்தியாயத்தில் 'குப்பை உயரக் கோபுரம் தாழ்ந்தது' என்றெழுதியுள்ளார். தற்காலத்தில் எல்லாவிதத்திலும் சீரிழந்து அனாதையாக விருக்கிற தமிழ்ப் பாஷையில் குப்பை நாவல்கள் உயர்ந்து இருக்கும் சொற்ப கோபுரங்களைத் தாழவைப்பதோடு கோபுரங்களை மூடிவிடும் போலிருக்கிறது. குப்பையைக் கிளறித் தள்ளிவிட்டே நான் பேசுகிறேன். இது தவிர, ஸ்காட் கதைகளில் இரண்டும், பங்காளி பாஷையிலிருந்து டட் அவர்களின் 'ஆக்ரா நகரத்தின் அடிமைப் பெண்' *(மாதவிகங்கணம்)* என்ற 'ரோமான்'ஸூம் மொழிபெயர்க்கப்பட்டிருக்கின்றன. டட் அவர்களின் இதர 'ரோமான்'சுகளும், சட்டர்ஜீயின் *ராஜசிம்ஹன், மிருணாலினி* முதலான 'ரோமான்'சுகளும் தெலுங்கில் படித்தேனே யல்லது, தமிழில் வெளிவந்ததாகத் தெரியவில்லை. தமிழில் 'ரோமான்' சுகள் கணக்கிலவாய், நம் சிறுவர் சிறுமிகள் ஆழ்ந்து படித்து மகிழும்படி வெளிவர வேண்டும். துப்பறியும் நாவல்களில் சிரமப்படும் ஆசிரியர்கள், மேனாட்டு 'ரோமான்' சுகளை மொழிபெயர்த்தால், பின்னால் ஸ்வயமாக 'ரோமான்'சுகள் ஏற்பட வழிகாட்டியாக விருக்கும்.

இனி, நம் 'ரோமான்ஸ்' எப்படி நாவலாக மாறினாள் என்பதைக் கவனிப்போம்.

அந்தோ! யௌவனமும் அதன் வனப்பும் வந்தது போனது தெரியாமல் பறக்கின்றது. அதன் எழிலில் ஈடுபட்டு, அதன் நடனத்தைக் கண்டு களித்திருக்கையிலேயே, நழுவி விடுகிறது. போன யௌவனத்தை நினைத்துப் பெருமூச்சு விடாதவர் யார்? ஆனால் இதென்ன, இப்பொழுது ஒரு புதிதான அமைதியும், ஆழ்ந்த புத்தியுமுண்டாயிருக்கிறது? இதுவரையில் இல்லாத பெருமையும் தகையும், சாந்தமும், காருண்யமும் தோன்றுகிறது? நம் கண் முன்னிருந்த திரை விலகி, ஒரு நவீன உலகத்தைக் காண்கிறோம்? அதன் நேர்மையும் சீரும் என்னே! கோடிக்கணக்கான ஜனசமூகத்தின் பொறுமையும் உழைப்பும், சுகமும் துக்கமும், பேதைமையும் விளையாட்டும், தனி அழகோடு பிரகாசிக்கின்றன. 'அரசர்தம் கிரீடத்திலும் வீரர்தம் தோளிலும்' துலங்கிய ஸ்ரீதேவி, 'உடல் வெயர்த்திட உழைப்பவர் நெற்றியிலும்' விளங்குவதைக் காண்கிறோம். பாமர ஜனங்களின் தயையும், தாழ்மையும் செட்டும் சீரும், தரித்திரமும், கஷ்டமும், கோட்டைகளிலும் மாளிகைகளிலும் அரசர்களிடத்தும் காணாத மேன்மையோடு கூடித் தோன்றுவதோடு, சம்பத்திலும் ஆடம்பரத்திலும் நமக்குச் சலிப்புண்டாகிறது. முன்பு ஆசையோடணிந்த குண்டலங்களும் ஆபரணங்களும் நம் மெல்லிய சதையை உறுத்துகின்றன. முன்பு ஓர் அயல் வீட்டுத் தங்கப்பிரதிமையை எடுத்து, அதற்குச் சீராய் ஆடையுடுத்தி மணிபூட்டி, களித்துக்கொண்டிருந்தோம். இப்பொழுதோ, தெருப் புழுதியோடு அலங்கோலமாய் வந்து விழுகிற நம் சொந்த அருமைக் குழந்தையை வாரி அணைந்து ஆனந்தமுறுகின்றோம். செருக்கையும், பொய் கௌரவத்தையும்

நாம் ஒழித்து, குடிசைக்குள்ளும் புகுந்து, கந்தலோடிருக்கும் ஏழைகளோடும் அளவளாவி, 'அம்மா, நீயும் நானும் சகோதரி களே, எல்லோரையும் ஜகன் மாதா பெற்றாளன்றோ' என்று உறவாடுகின்றோம்.

'ரோமான்'ஸூம் நாவலாக மாறிவிட்டது. சுந்தரேசனும், கோபாலனும், தோட்டக்கார முத்தனும் கதாநாயகர்களாக விளங்குகிறார்கள். மூன்றாவது வகுப்பில் நம்மோடு வாசித்த பங்கஜாக்ஷி ஒரு நாவல் முழுவதும் வந்துகொண்டிருக்கிறாள். பக்கத் தெரு மீனாக்ஷி கல்யாணத்திற்காக ஊர் ஊராய் வரனைத் தேடிக்கொண்டு, அவள் அப்பா, அம்மா, அத்தான் எல்லாரும் அலைந்ததும், அகப்பட்டவரனுக்குச் சொத்தில்லை யென்று குறைப்பட்டதும், கடைசியில் அந்த ஏழைப் பையன் பரீக்ஷைகளில் முதலில் தேறி, பி.ஸி.எஸ்.ஸில் தேர்ந்தெடுக்கப் பட்டு, டிப்டி கலெக்டரானதும், மீனாக்ஷி இப்பொழுது வைரங்கள் மின்ன, கோச் வண்டியில் வந்திறங்குவதும் நாவலில் படிக்க, ஏதோ ஓர் ஆச்சர்யமாயிருக்கிறது. குண்டினபுரத்து ராஜகுமாரனும், வங்க தேசத்துச் சேனாபதியும், இப்பொழுது எங்கே போனார்கள்; அவர்கள் படைகளைத் திரட்டிக் கொண்டு யுத்த சன்னத்தராய் இருக்கையில், மறுநாட் காலையில் நடக்கப்போகும் சண்டையின் முடிவினால் ஒரு ராஜ்யமே ஒழிந்து பாழாகும் போலிருந்தது. ஜயசீலன் 'ரோமான்'சில் அதைப் பற்றிப் படிக்கும்போது நமக்கிருந்த அக்கறை எங்கே! இப்பொழுது மன்னார்குடி ருக்மணி கல்யாணத்தில் பெங்களூ ருக்கு நேராகப் புடவைக்கு எழுதிக் காலை முகூர்த்தம் இருந்தும் புடவை இன்னும் வராமல் தபாலாபீஸில் பார்சலைக் கவலை யோடு எதிர்பார்த்துக் கொண்டிருப்பதை நாவலில் வாசிக்கும் போது, நமக்கிருக்கும் ஸ்வாரஸ்யமும் ஆத்திரமும் எங்கே! ஏதோ சாதாரண நடவடிக்கைகளைப் பற்றிய கதைகள் இத்தனை நாள் காணாத ருசியோடு இனிமையாயிருக்கின்றன. இந்தப் புது அனுபவம் கற்பனைக் கதைகளில் மட்டுமல்ல, சரித்திர கிரந்தங்களிலும் வெளிவந்திருக்கின்றது. இத்தனை காலம் அவுரங்கசிப் கி.பி. 1707 ஷு இறந்ததும் 1748 ஷுத்தில் நைசாமல் மல்க் ஹைதராபாத் ஸம்ஸ்தானத்தை ஸ்தாபித்ததுமே சரித்திரமாயிருந்தது. இப்பொழுதோ, அவை மட்டுமல்ல, அக்காலங்களில் பாமர ஜனங்களின் நாட்கள் எப்படிக் கழிந்தன, அவர்கள் நடையுடை பாவனைகள், கல்வித் திறமை, கஷ்ட நிஷ்டூரங்கள், இவைகளே உண்மையான சரித்திரமென்றும் ஆகி, பழங்கோயில்களும் சித்திரங்களும் ஒரு புது ஸாரத்தோடும் விளங்குகின்றன.

இவ்விதம் மனிதர்களைப் போலவே கற்பனைக் கதையும் வளர்ந்து, நாவலாகப் பழுத்து, நமக்கு இன்பத்தைக் கொடுக் கின்றது. புகழ் பெற்ற டிக்கன்ஸ் அனாதைக் குழந்தைகளையும், ஏழைப் படகோட்டிகளையும், ஜட்கா வண்டிக்காரர்களையும், அரைப் பைத்தியங்களையும், கதாபாத்திரங்களாக வைத்துக்

கொண்டு ஒரு புது உலகத்தையே சிருஷ்டித்து விட்டார். விசுவாமித்திரர், 'புது சூர்யனையும் தேவதைகளையும் இந்திரனையும் சிருஷ்டித்து விடுகிறேன்' என்று கிளம்பினார். டிக்கன்ஸூம், ஹ்யூகோவும், தாக்கரேயும், எலியட்டும் புது மனிதர்களைச் சிருஷ்டித்தே விட்டனர். அரிச்சந்திரன், துரியோதனன், சாவித்திரி, தமயந்தி இவர்கள் கீர்த்திகூட, ஒரு 'பிக்விக்' என்ன, 'ஸைலாஸ் மார்னர்' என்ன, 'ஜீன் வால் ஜீன்' என்ன, இவர்கள் கீர்த்திக்கு ஈடாகாது போலிருக்கிறது.

நாவலின் மகிமையும் சக்தியும் என்னே! மாதவையர் பத்மாவதியில் நாட்டு வைத்தியக் கிழவன் பேச்சும், அவன் அமக்களமும் படாடோபமும் என்ன ஸ்வாரஸ்யமாயிருக்கின்றது! பத்மாவதி, 'நாய்க்குட்டி மையைக் கொட்டிவிட்டது' என்று தப்புந் தவறுமான கடிதத்தை முடிக்கும்போது 'கோடித் துக்கம் குழந்தை முகத்தில்' என்பது போல, நம் கவலைகளையெல்லா மறந்து ஆனந்திக்கின்றோம். நாராயணன் செலவுக்குப் பணமின்றி, கம்பராமாயணத்தையும் விற்றான் என்றபோது நாம் அடையும் வருத்தமென்ன. பத்மாவதி பட்ட கஷ்டங்களும், அவள் குணமும் பொறுமையும் என்ன. கடைசியில் ஒரு நாள், நாராயணன் பைத்தியம் பிடித்தவன் போல் கதவைத் தள்ளிக்கொண்டு 'தான் வெகுநாளாகத் தொட்டறியாத ஆருயிர்க் காதலியை வாரியெடுத்து மார்போடணைத்துக் கொண்டான் என்று படிக்கும்போது நமக்கு உண்டாகும் உணர்ச்சி என்ன. ராஜமய்யரின் கமலாம்பாள், 'நீங்கள் சரபோஜீ மகராஜா வம்சத்திற் பிறந்தவர்கள்' என்று புருஷனோடு பரிகாசமாடுவதும், பேயாண்டித் தேவன் ஊர்கோலமும், அதைப் பார்க்கும் ஆவலில், இலையில் உட்கார்ந்திருக்கும் புருஷனுக்கு ஊறுகாய் கூடப் போடாமல், 'இதுக்கு வரும் கோபத்தைப் பார்த்தையாடி' என்று சேஷி அதட்டிவிட்டு வருவதும், ஸ்ரீனிவாச லக்ஷ்மியின் பரஸ்பர அன்பும், அவர்கள் சிரிப்பும், விளையாட்டும் அழுகை யும் நமக்கு விளைவிக்கும் இன்பத்திற்கும் ஆறுதலுக்கும் இணை யுண்டோ? இதனாலன்றோ, நாவலாசிரியர்கள் ஓர்வித சிருஷ்டி கர்த்தாக்களாகக் கொண்டாடப் படுகின்றனர். பார்க்கப் போனால் கமலாம்பாளும், சீதையம்மாளும், கோபாலனும் சாலா பட்டணத்து ஜட்கா வண்டிக்காரனும் நாம் காணாத மனுஷர்களோ? அதிலேயேதான் நாவலின் ஆச்சரியமும் அழகு மிருக்கின்றது. ஒரு ருஷிய ஆசிரியர், குப்பைத் தொட்டிகளில் எறிந்துவிட்ட சீசாக்களையும் கந்தைகளையும் பொறுக்கி விற்று வயிறு வளர்த்து, சதா கஷ்டத்தினால் கண்ணீர் வடித்துக் கொண்டிருக்கும் கிழவனைப் பாத்திரனாகக் கொண்டு ஒரு நாவலை எழுதிவிட்டார்.

இந்த நாவல்கள் சில காலங்களில் ஜனசமூகத்தின் கொள்கைகளையும், வழக்க பழக்கங்களையுமே மாற்றிவிடுகின்றன. அனாதை ஆசிரமங்களில் நடந்த அட்டூழியங்கள் 'ஆலிவர்

ட்விஸ்டு' என்ற நாவல் வெளிவந்ததுமே ஜனங்களுக்கு ஆத்திரம் வந்து செம்மைப்பட்டு, ஒழிந்தன. ஒரு நல்ல நாவலின் சக்தி அதிகம். அதைப் படித்ததும் நமக்குள் ஒருவிதப் பெருந்தன்மை யும் நல்லுணர்ச்சியு முண்டாகின்றன; அல்ப சிந்தனைகளும் கெட்ட எண்ணங்களும் விலகுகின்றன. கெட்ட நாவல்கள் அபாரமான தீங்கையும் விளைவிக்கக் கூடும்; நம் மனத்தைக் கலக்கித் தீய வழிகளில் செலுத்தும். தமிழில் கணக்கற்ற நாவல்கள் வெளிவந்துவிட்டன. குப்பை கூளமே அதிகம். நாளடைவில் இவைகள் களை பிடுங்கப்பட்டு, *பத்மாவதி*, *கமலாம்பாள்* போன்ற நாவல்கள் அனேகம் வெளிவந்து, மேனாட்டு நாவல்கள் அடைந்த பதவியிலும் மேன்மையை யடைந்து, 'தமிழ் நாவல்களை அயல் தேயத்தவர்கள் வியந்து தம் தம் பாஷைகளில் மொழிபெயர்க்க ஆதுரப்படும்படியான காலத்தை ஈசுவரன் அருளிப்பாராக!

பஞ்சாமிர்தம், 2(6), புரட்டாசி *1925*

○

8

ஓர் கடிதம்

காம்போலா
21.9.1924

ஐயா,

தயவு செய்து கீழ்க்காணும் புத்தகங்களை வி.பி. மூலமாக என்னுடைய விலாசத்திற்கு அனுப்புமாறு கேட்டுக்கொள்ளு கிறேன். ஸ்ரீமான் ஆரணி குப்புசாமி முதலியார் அவர்கள் எழுதியுள்ள நாவல்களின் ஜாபிதா ஒன்றுந் தயவுசெய்து அனுப்பிவைக்க வேண்டியது. அவர் நாவல்களே வாசிக்கத் தகுதியானவை யென்பதை நான் திடமாய்ச் சொல்லுவேன். நாவல்கள் எழுதிப் பணம் சம்பாதிக்க வேணுமென்ற எண்ணங் கொண்ட அதே அசுத்த ஆபாசமான நாவல்களையும் நம் நாட்டு மாதர்கள் வாசித்து கற்பை நிலை நிறுத்தாது இழக்கக் கூடிய ஒரு வழியிலும், பொதுவான அபிப்பிராயத்தைக் கெடுத்து நாவல்களே வாசிக்கக்கூடாதென்று அநேகர் நம்பும்படியான வழியிலும் எழுதி ஏற்கனவேயும் இப்போதும் எழுதப்பட்டுவரும் உத்தமர்களுடைய நாவல்கள்—புத்தி புகட்டக்கூடியவைகளின் மதிப்பையும் கெடுத்துவிடுகிறார்கள். ஆனால், அவர்கள் எழுதும் நாவல்கள் இப்பொழுது தற்கால அன்னிய நாகரீகப் பேய் பிடித்தலையும் வாலிபர்களை மயக்கக் கூடியவைகளாயிருக்

கலாம். ஆகச்சே தயவு செய்து இனியேனும் ஷை காரியம் நடைபெறாமலும், பொதுஜனங்கள் ஷை நாவல்களைப் பணம் கொடுத்து வாங்கி வீண்காலம் போக்குவதும் தவிர, பணச் செலவும், புத்தி கெடுவதுமே முதற் பலனாகக் கிடைப்பதால் தங்களுடைய சஞ்சிகையில் அவசியம் இதை வெளியிட்டு ஓர் வியாசம் எழுதி பண ஆசை கொண்டு நாவல்கள் எழுதிப் பொதுஜன அபிப்பிராயத்தைக் கெடுக்கும் நாவல்களை வாங்கி வாசிக்காமற் செய்து, நம் ஸ்ரீமான் ஆரணி குப்புசாமி முதலி யாருடைய நாவல்களே முதல் தரமானவையென்று விளக்கிக் காட்டுமாறு கேட்டுக்கொள்ளுகிறேன்.

நான் இதில் எழுதியுள்ளவற்றை என் அனுபவத்தாலே எழுதினேன். நானே அனேகமாய் பணத்தை வீண்செலவு செய்துவிட்டிருக்கிறேன். அத்தாட்சிக்காக வேணுமென்றாலும் நான் சில நாவல்களை அவசியம் அனுப்பப் பின்னிடேன்.

S.K.ALLAGAPPAN
Pussetenne Estate
Gampola, Ceylon

குறிப்பு: சந்தா நேயராகிய நமது நண்பர் நமது ஸ்ரீமான் ஆரணி குப்புசாமி முதலியாரவர்கள் நாவல்களைப் பற்றி வரைந்துள்ள விஷயத்தை வற்புறுத்துவதற்காக நாம் இதை வரையவில்லை. வேறு எதற்காகவெனின் கூறுகிறோம்:

போதுமான கல்வியிலாதோரும், பல நூல்களைக் கற்கா தோரும், உலக அனுபவம் சற்றுமில்லாதோரும், நாவல் வரையும் இயற்கைத் திறமிலாதோரும், யாவருமே இக்காலத்தில் நாவல் வரையத் தொடங்கிவிட்டனர். அதனால் ஒரு சாரார் நாவல் களே வாசிக்கக்கூடாதென்றும், மாதர்கள் அவற்றை வாசித்தால் நெறியழிந்து விடுவார்களென்றும் கூறுகின்றனர். இவ்வாறு பொதுவாய் எல்லா நாவல்களையும் தகுதியற்றவையென்று கூறிவிடுவது தவறேயாகும். ஏனெனில் அறிவை விசாலிக்கச் செய்து நற்புத்தி புகட்டக்கூடிய நாவல்கள் அனேகமுள.

ஆதலின் நாவல் வாசிப்போர், நற்புத்தி புகட்டுவதும், நம் நாட்டிற்குப் பெருந்தீங்கை விளைவிக்கும் அன்னிய நாட்டு ஆசார ஒழுக்கங்களைச் சிலாகித்துக் கூறாததும், அவற்றைப் பற்றி கூற நேரும்போது அவற்றாலுண்டாகும் தீங்குகளை விளக்கிக்காட்டி அவற்றின் தகுதியின்மையை விளங்கச் செய்வ தும், வாசிப்போர்க்குச் சிற்றின்ப விஷயங்களில் மனக்கிளர்ச் சியை யுண்டாக்காததும், நம் குடும்ப மாதரும் கன்னிகைகளும் வாசிக்க அசங்கியப்படத்தக்க வார்த்தைகளும், வாசிக்கத்தகாத வார்த்தைகளும் அடங்கியில்லாததும், ஜாதிமதத் துவேஷங்களை யுண்டாக்கும் விஷயங்களடங்கி யிராததும், தாய் நாட்டின் முன்னேற்றத்திற்காக நாம் நடந்துகொள்ள வேண்டிய நெறி

களைப் போதிப்பதும், துர்நடக்கைகளில் வெறுப்பும் நன்னடக் கைகளில் விருப்பும் உண்டாகச் செய்வதும் ஆகிய இத்தகைய நாவல்களையே நம் மக்களுக்கு வாசிக்கக் கொடுக்க வேண்டும்.

—பத்திராதிபர்

ஆனந்த போதினி, 10(4), அக்டோபர் 1924

○

9

நாவல்களின் வாசிப்பு

நாவல்கள் வரைதல் சுலபமன்று; அது மஹா கஷ்ட சாத்தியமான காரியம். ஒரு நாவல் எழுதுதற்கு எத்துணையோ அபாரமான யோசனைகள் வேண்டும். கற்பனா நயம் மிகுந்து பரிமளிக்க வேண்டும். இன்னுமொரு நாவல் எழுதி விடுக்காரோ வென விருப்புடன் எதிர்நோக்கி இயம்புமாறு இருக்க வேண்டும். பன்னாட்களின் யோசனையில் அது ஒரு உருவம் பெற வேண்டும். அது பூத்துக் காய்த்துக் கனிய வேண்டும். ஒரு நாவல் எழுத ஒரு வருஷமும் ஆகலாம்; பல வருஷங்களும் செல்லலாம். மனது பொருந்தி விஷயங்களும் ஒன்றுகூடிவிட்டால் இரவு பகல் கண்விழித்து எழுதி வாரத்திலும் முடிக்கலாம்; மாதத்திலும் பூர்த்தி படுத்தலாம். அந்தக் காரியம் மனம் ஒன்றுகூடிப் பொருந்துவதை யனுசரித்துள்ளது. அது நமது செயலல்ல; தெய்வத்தின் செயல்; 'ஆகுநாளின்' கூறுபாடு. மனதைக் கட்டாயப்படுத்திக்கொண்டு நாவல் எழுத முயன்றால், அந்த நாவல் சுவை ததும்பியதாக ஒளிராது. நமது மனமே நம்மை நாவல் ஒன்று இயற்றும்படி நமக்குக் கட்டளையிட்டு, அதற்கேற்ப விஷயங்களைச் சரமாரியாக வாரி வாரிக் கொடுத்துக் கொண்டே செல்ல வேண்டும். அப்பொழுதுதான் அந்த நாவல் அற்புதமான அமைப்பில் உருக்கொண்டு உயர்வு பெற்று உன்னதம் கொள்ளும். அதற்கான காலம் வந்தால்தான் அது பொருந்தி முடியும்.

நமது தமிழ் நாட்டில் தற்போது நாவல்கள் வாசிப்போர் பெருகி வருகின்றனர். நாவல்களின் அழகிய பெயரில் மயங்காமல் எந்த ஆசிரியர் இயற்றியதெனத் தெரிந்து தக்கோர் வரைந்ததையே பெற்றுப் படிப்பதுதான் மேன்மை. பொதுவாக, நாவல்களின் வாசிப்பு அறிவைக் கூர்மைப்படுத்தி விடுகின்றது. அந்த நாவலை இயற்றிய ஆசிரியரது நெடுநாளைய அனுபவங்களை மிகு எளிதில் வாசகர்கள் கிரகித்துக்கொள்ள சந்தர்ப்பம்

வாய்க்கின்றது. சொற்பமே படித்தவர்களுங்கூட நாவல்கள் வாசிக்கும் பழக்கத்தால் மிகு புத்திமான்களாகி இருக்கிறார்கள். மனிதனுடைய அறிவைத் தூண்டி விடுதற்குக் கவிதைக்குப் பிறகு நாவல்களே நல்ல வேலையைச் செய்கின்றன. படிப்பவர் இவ்விதமாகவெல்லாம் பயன் அடையுமாறு அதற்கேற்ற ரீதியில் கற்பனா நயம் மிகுந்தோங்க அமைத்து அபார சாமர்த்தியத் துடன் நாவல்களை நற்கருத்துகளோடும் நிர்மாணித்தல் அதி உத்தமமான வித்யா தானமாகும்.

நாவல்களைப் படிப்பதிலும் முக்கிய விஷயம் ஒன்றுண்டு. இன்றைக்கு நான்கு பக்கங்கள் திருப்பி, நாளைக்கு மூன்று பக்கங்கள் பார்த்து, அடுத்த வாரத்திலோ மாதத்திலோ பின்னும் சில பக்கங்களைப் படிக்க எண்ணுவது பெரும்பிழை. அது ஒருபோதும் ருசியாது, சுவையும் நல்கிடாது; மதுரமுடையது மாகாது; நற்செய்கையுமன்று. இலையில் காய்கறிகளுடன் அன்னம் பரிமாறிய பின்பு உட்கார்ந்து உண்ணுகைக்கு வந்த நாம் முற்றிலும் புசித்துவிட்டே எழுந்திருக்க வேண்டும். அது தான் கிரமம். அவ்வாறின்றிப் பலமுறை எழுந்து மறுபடியும் புசிக்க உட்காருதல் பாங்குடைத்தாகா; திருப்தியுள்ளதுமல்ல. இலையைவிட்டு எழுந்த பின்பு மீண்டும் உண்ணுதற்கு உட்கார லாகாதென்பதும் பெரியோர்களின் வாசகம். எனவே, ஒரு நாவலைக் கையில் எடுத்தால், அதை முற்றும் படித்துவிட்டுக் கீழே வைக்கும்படியான மனோ பக்குவ லக்ஷணத்தை நம்மில் உண்டாக்கிக்கொள்ள வேண்டும். அப்போதுதான் அது ருசிக்கும். நாவலின் கடைசிப் பக்கங்களை ஒருபோதும் பார்க்கொணாது. முதலிலிருந்து வாசித்தே கடைசி பக்கத்திற்குச் செல்ல வேண்டும். இல்லாவிடில் அது நாவலின் சுவையைக் கொலை செய்வதாகும்; அவசரப்பட்ட ஒழுங்கற்ற செய்கையுமாகும். நாவலைப் படித்துக் கொண்டு வருமிடையே ரஸமான இடங்களையும், அருமையான பதஜோடினைகளையும் ஆங்காங்கு குறிப்புகள் செய்து கொண்டே செல்ல வேண்டும். அந்த நாவலின் உத்தமமான கருத்துகளும் விசாலமான அனுபவங்களும் நம் இதயத்திற் பதியுமாறு செய்வித்துக் கொள்ளுதலும் ஞானாபிவிர்த்திக்கு நலம் பயப்பதாகும்.

நாவல்களின் விற்பனையே இப்பொழுது மிகக் குறைவு எனுங் கூக்குரல் எங்கும் எழுகின்றது. ஆயினும் நாவல்களின் வாசிப்பில் அதிர்ப்தி தோன்றிவிட்டதாகச் சொல்லொணாது. பல நாவல் களை இயற்றிய ஆசிரியர்களுக்குங்கூட ஒரு புதிய நாவல் அன்னோரின் கண் முன்பு தென்படில் ஆவலுடன் வாசிப்பதற்கு நாவில் ஜலம் ஊறும். 'எனக்கு ஒரு கதை சொல்லு' என்று கேட்கும் இளங்குழந்தைகள் எங்கும் உள்ளார். ஒரே ஆங்கில நாவலைப் பலரும் மொழிபெயர்த்து விடுவதில், அந்தப் பல

நாவல்களையும் ஒருங்கே பெற்று அவை யாவும் ஒரே கதையாக இருக்கக் கண்டு ஏமாறுவதில் நாவல்களின் மீதுள்ள சிரத்தை தவறியிருக்கலாம். அவ்வளவேயன்றி நாவல்களை வாசிப்பதி லுள்ள ஆவல் குன்றிவிட்டதாகக் கூறுவதற்கில்லை. உத்தமமான நாவல்களைத் தெரிந்தெடுத்துப் பெற்று வாசித்து அவற்றினை இயற்றிய ஆசிரியர்களை ஆதரித்தல் வேண்டும். நாவல்களின் வாசிப்பில் அளவற்ற நன்மையுண்டென்பதை அவரவரும் தத்தம் அனுபவத்திற் காணலாம்.

அமிர்தகுண போதினி, 7(76), ஜூலை 1932

○

10

மதிப்புரை

பன்னியூர் படாடோப சர்மா
அல்லது மயனுலக மத மயக்கம்

சிருங்கார ரஸ நாவல், ஸ்ரீமான் வடுவூர் துரைசாமி அய்யங்கார் அவர்கள் பி.ஏ. இயற்றியது டபுள் கிரவுண் 1x16 அளவில் 428 பக்கங்களுள்ளது. விலை ரூ. 2-4-0.

ஐரோப்பிய நாடுகளில் காணும் காம ஆபாஸங்களையும், வீபரித நாகரீகப் போக்குகளையும், விருத்த விவாகத்தின் அலங்கோல முடிவுகளையும், அனுகூல சத்துருவான வேலைக் காரனால் ஒரு குடும்பத்திற்கு நேரும் ஸர்வ நாசகரமான அனர்த்தங்களையும், வீட்டின் தலைவன் தனது ரகசியங்களைத் தனது வேலையாட்களிடம் வெளியிட்டு விடுவதனால் விளை யும் கேடுபாடுகளையும், ஒரு குடும்பத்தைக் கெடுத்துத் தாங்கள் வாழ நினைப்போர் முடிவில் அழிவையே தேடிக்கொள்கின்றார் களென்பதையும், மதபோதகர்களான குருக்கள் அந்தரங்கத்தில் நடந்துகொள்ளும் துன்மார்க்கச் செயல்களையும், வியபிசார விடுதிகளின் அக்கிரமங்களையும், கள்ளங்கபடற்ற யுவதிகள் எளிதில் பிறரின் வசப்பட்டு மயங்குவதையும், அந்த உத்தமிகள் படுகுழியில் விழப்போகும் தருணத்தில் தெய்வசகாயம் அவர் களை எவ்வாறு தப்புவிக்கின்றதென்பதையும், இன்னோரன்ன பல அநுபவங்களையும் ஒரு கதாரூபமாகத் தொகுத்து இதன் ஆசிரியர் இந்த நாவலை வெளியிட்டிருக்கின்றார். காமத்தையும் காதலையும் விவரிக்கப் புகுமிடத்து, காமத்தை யலங்கோலப் படுத்தி அதன் தீமைகளை வெளியிட்டு ஸத்போதனைகளை அத்துடன் உணர்த்துவதுதான் நன்றாகும். இந்நூலில்

காமத்தையே பிரதி பக்கங்கள்தோறும் விவரித்துள்ளது. காம விரகதாபமே இந்நூலின் அரசாட்சியாதலின் விவாகமான ஸதிபதிகளுக்கே இந்நூல் ஏற்றது. கட்டிக்கரும்பாளை சின்ன துரை நேசிப்பதை ஆரம்பத்திலேயே தவிர்த்துவிட்டிருந்தால் பிந்திய ஆபாசங்கள் நேர்ந்திராது. இப்பாவிகளின் பிந்திய நாள் 426 - ம் பக்கத்தில் ஒரு சிறிய பாராவில் பூர்த்தியடைந்து விடுகின்றது. அங்கு உக்கிரகமான கண்டனமும் நீதிபோதகமும் கூடியிருக்க வேண்டும். இவ்விருவரின் காமவிகார லீலைகளைக் குயில் மொழியாள் காணுவதும் பச்சை பச்சையாய் விஸ்தாரமா யுள்ளது. 132-ம் பக்கத்திலுள்ள டான்ஸூம், சிற்றின்ப சிவராத்திரி யும் காமத்தைக் கிளப்பிவிடக் கூடிய தாது புஷ்டி லேகியந்தான். 56, 63 பக்கங்களில் மார்பகத்தைப் பற்றியும், 75-ம் பக்கத்தில் 'ஆடைகளை அவிழ்த்து' என்றும், 'இரவிக்கை கிழிந்தது' என்றும் இன்னும் இதுபோன்ற காம வசனங்களாலேயே இந்நூல் முற்றி லும் ஆக்கப்பட்டுள்ளது.

கதம்பமாலை

சென்னை *ஜெகன்மோகினி* ஆசிரியர் ஸ்ரீமதி பண்டிதை வை. மு. கோதைநாயகி அம்மாள் அவர்கள் இயற்றியது. டிம்மி 1x8 அளவில் 184 பக்கங்கள் உள்ளது. விலை ரூ. 1.

இதனில் 13 சிறுகதைகளும் நாவல்களும் அடங்கியுள்ளன. ஒவ்வொன்றும் அழகாக உத்தமமான நீதி போதனைகளுடனும், ஸமத்காரமான கற்பனைகளோடும் முடிக்கப்பெற்றுள்ளது. அவற்றின் அருமையை வாசகர்கள் எளிதிலுணர்ந்து கொள்வார். கதைகளை இயற்றும் முறையில் இதன் ஆசிரியரது விசாலமான நடையும் வடுவூர் ஸ்ரீமான் துரைசாமி அய்யங்காரவர்களின் விசாலமான நடையும், ஒன்றையொன்று அனுசரித்து நிற்கின்றன. இவ்விதம் வரைவதை மற்ற ஆசிரியர்களிடம் காண முடிய வில்லை. பிரதி பக்கங்கள்தோறும் அடியில் குறிப்பிட்டுள்ள அனுபவங்கள் மிக்க ருசிகரமாயுள்ளன. ஸ்ரீமதி அம்மையார் ஒரு பெரிய அனுபவஞானியாகவே அந்தக் குறிப்புகளின் மூலம் தோன்றுகின்றார். தமிழில் பல நாவல்களை உதவிய பண்டிதை விசாலாக்ஷியம்மாளுக்குப் பிறகு ஸ்ரீமதி கோதைநாயகியம் மாளைச் சிறப்பித்துப் பேசும் வண்ணமாக 18 நவீனங்கள் வரையும் இயற்றி வெளியிட்டுள்ள அருமை போற்றற்பாலது. இவ்வாறாக, பல சிறந்த நூல்களை இயற்றும் ஆற்றலைத் தமது கல்வி விசேஷத்தாலும் பிறவி ஆசிரியத்தன்மையாலும் இவர் பெற்றுள்ளார். இவரது நூல்கள் ஒவ்வொன்றும் பெண் மணிகள் யாவரானும் விருப்பமாய் வாசித்தற்குரியதாகும். *கதம்பமாலை* என்று இந்நூலுக்கு இட்டுள்ள பெயர் மிகப் பொருத்தமாயும் திவ்யமாயும் உள்ளது. எளிய நடையில் கவிதை புனைவது கடுமையான தொழில். அவ்விதமே சிறுகதைகளை

இயற்றுவதும் மிகு பிரயாசையுள்ள நுட்பமான வேலை. இவரது நவீனகங்கள் தமிழ்நாட்டில் பலராலும் வாசிக்கப்பட்டுச் சிலாகிக்கப்படுகின்றன.

அமிர்தகுண போதினி, 7(83), பிப்ரவரி 1933

○

11

நாவல் குப்பைத் தொட்டி

நவீன உலகத்தை சுலபமாக நாவல் ஆசிரியர்கள் ஏய்த்து விடுகின்றனர். பக்கம் பக்கமாக வரைந்து தள்ளி, கொலை, விபசாரம், துப்பறிதல் போன்று ஏதேதோ விஷயங்களைப் புகுத்தி சிலர் பிழைக்கின்றனர். ஆனால் உண்மைப் பேராசிரியர் களோ வெகு குறைவாக எழுதினார்களாயினும் உன்னத முறையில் எழுதப்பட்டனவாதலால் அவை இலக்கிய உலகை அலங்கரித்துக்கொண்டு இருக்கின்றன.

உதாரணமாக 'கிரே' என்ற ஆங்கிலக் கவிஞன் 'கோயில் மைதானம்' என்ற ஏதோ சில வரிகளைத்தான் எழுதினான். பதினெட்டு வருஷம் அதை வெளியிடாமலிருந்து, அவ்வப்போது அதைத் திருத்தி அழகு செய்த பின்பு வெளியிட்டான். அவன் எழுதிய வரிகள் இலக்கியப் பூஞ்சோலையில் நறுமணத்தோடு இருந்துகொண்டிருக்கின்றன.

சமீப காலத்தில் இங்கிலாந்தில் எட்கார் வாலெஸ் என்று ஒரு நாவல் ஆசிரியன் இருந்தான். வருடந்தோறும் அவனது நாவல்கள் 20 லக்ஷம் வீதம் விற்றுக்கொண்டிருந்தனவாம். லக்ஷம் லக்ஷம் பவுன்களாக சம்பாதித்த அவன் குதிரைப் பந்தயத்தில் அத்தனையையும் தொலைத்துவிட்டு துர்மரண மாகப் போன வருடத்தில் செத்தான். 'முன்னே வாரத்திற்கு இருநூறு வீதம் எட்கார் வாலஸ் நாவல்கள் விற்றுக்கொண்டி ருந்தன. இப்போது 2 பிரதிகள் விற்பதே லாட்டரியா யிருக் கின்றது' என்று ஓர் புத்தகக் கடைக்காரர் லண்டன் கிராணிகள் நிருபரிடம் சொல்லியிருக்கிறார்.

இத்தகைய உதாரணங்கள் தமிழ்நாட்டிலும் கிடைக்கும். புறநானூறு போன்ற நூல்களில் மிகச் சில வரிகளே எழுதிய ஆசிரியர்களும் சாகா வரம் பெற்று வாழ்ந்து கொண்டிருக் கின்றனர். 'நாவல்' உலகத்திலும் ஒரு ராஜம் அய்யரும், ஒரு மாதவையாவும் ஒவ்வொரு புத்தகமே எழுதினார்களாயினும் அவை வெகு அழகாக இருந்து வருகின்றன. ஆனால் தமிழ் நாட்டையே கவளீகரித்து விடுவது போல வீசைக் கணக்கில்,

மணுக் கணக்கில் நாவல்களை வரைந்து தள்ளியவர்களுமுண்டு. ஆனால் அவர்கள் உயிர் நீங்குவதற்கு முன்னாடியே அவர்கள் எழுதிய புத்தகங்கள் செத்துப் போய்விட்ட பரிதாபங்களை தமிழ் நாட்டில் கண்டு வருகின்றோம்.

சாகா வரமுடைய பல நூல்களைத் தமிழர் எழுதுவது எந்நாளோ?

சுதந்திரச் சங்கு, 4.2.1933

○

12

நாவல் ரகசியம்

திப்பு

நாமிருக்கும் நாட்டை ஜம்பூ த்வீபம் அதாவது 'நாவல் தீவு' என்று பண்டை நூல்களில் வருணித்திருக்கின்றார்கள். ஆகவே இங்கு ஏராளமாக நாவல்களை எழுதிக் குவிப்பதுதான் 'சுதர்மம்' என நினைத்து சிலர் அக்காரியத்தில் மும்முரமாக இறங்கி இருக்கின்றனர்.

'மிஸ் தளுக்கு சுந்தரி' என்ற மேன்மையான நூலை எழுதிய ஆசிரியரைப் பற்றி எனக்குக் கொஞ்சம் தெரியும். சுமார் 27 தமிழ் நாவல்களை அவர் எழுதியிருக்கின்றார். ஒவ்வொரு நாவலுக்கும் சராசரி மூன்று பாகங்களுண்டு. அவருடைய 60 வால்யூம்களையும் அடுக்கிவைத்தால் ஒரு பெரிய அலமாரி நிறைந்துவிடும். இவ்வளவு வால்யூம்களை ஸ்காட் எழுதினானா? டிக்கன்ஸ் வரைந்திருக்கின்றானா? ஹியூகோவும் டால்ஸ்டாயும் எழுதிய அளவு இவ்வளவுண்டா? ஆகவே இந்த 'மிஸ் தளுக்கு சுந்தரி' கிரந்த கர்த்தாதான் நாவல் உலகிலேயே அதிகம் எழுதியவரெனக் கூறவேண்டும். ஆகவே அவருக்கு ஏராளமான மெடல்களும் கிடைத்திருக்கின்றன. அவரே மெடல்களைப் பண்ணிப் போட்டுக்கொண்டு விட்டதாகச் சொல்வது அக்கிரம மாகும். ஒரு ரஸிகர் அவருக்குப் பரிசளித்த கதையை நான் அறிவேன். ஆனால் அதே ரஸிகர் நாகசுரக்காரனை விட துருத்தி ஊதுபவனே சிறந்தவனென அதிகப் பணம் கொடுத்தவ ரெனக் கதை சொல்கின்றார்கள். எப்படியாயினும் நமது நாவலாசிரியருக்கு மெடல்கள் பல கிடைத்திருக்கின்றன என்பதில் சந்தேகமில்லை.

என்ன நாவல்கள்! என்ன மேன்மையான சித்திரங்கள்! அந்த இருபத்தேழு நாவல்களையும் தராசில் வைத்து நிறுத்தால் இரண்டு மூன்று மணங்கு எடையிருக்குமே! அந்த 27 புத்தகங்களையும் அடுப்பில் போட்டு எரித்தால் ஏழெட்டு

பேர் வெந்நீர் ஸ்னானம் செய்வதோடு அத்தனை பேருக்கும் சோறுகூட சமைக்கலாமே! ஒரு 'ஸெட்' புத்தகத்தை மருந்துக் கடையில் கொண்டு போய்ப் போட்டால் ஒரு வருஷத்துக்கு கடைக்காரன் பொட்டணம் கட்டிக் கொடுப்பானே! எல்லா வற்றையும் விட அந்த 27 புத்தகங்களையும் நிரப்பினால் கும்பகோணம் முனிஸிபாலிட்டி குப்பைத் தொட்டி ஒன்று பூராவாக நிரம்புமே! இவ்வளவு காரியங்களுக்கு உபயோகமாக எந்தப் பயலால் புத்தகம் எழுத முடியுமென்று கேட்கின்றேன்.

அந்த ஆசிரியர் எத்தனையோ தடவை லக்ஷ சீமானாக ஆகிப் பிறகு ஓட்டாண்டியாகவும் ஆகியிருக்கிறார். ஆனால் அவருக்கு என்ன குறைவு? சாய்வு நாற்காலியில் உட்கார்ந்து கொண்டு வீண்பொழுது போக்குபவர்களும் நாவல் படிப்பதே சுவர்க்கமென நினைத்துள்ள ஸ்திரீகளும் தமிழ்நாட்டில் இருக்கும் வரை அவருக்கு என்ன பயம்?

ஆகவே அவரைப் போல கொஞ்சம் காசு சேர்க்க வேண்டும் என்று எனக்கும் ஒரு காலத்தில் ஆசை தோன்றிற்று. அவரிடம் பக்தி விநயமாய்ப் போய் நின்று உபதேசம் செய்யுமாறு வினவி னேன். இப்போது உலகில் வேலையில்லாத் திண்டாட்டத் தினால் அநேகர் அவஸ்தைப்படுகின்றார்கள். எல்லோரும் நாவல் எழுதினால் பிழைக்க முடியும். ஆகவே அந்த பிரசித்தி பெற்ற ஆசிரியர் கூறிய சில தொழில்முறைகளை இலவசமாக இங்கு சொல்லிக்கொடுக்கிறேன், கேளுங்கள்.

1. புத்தகத்தின் பெயர் ஒரு ஸ்திரீயின் பெயராகத்தானிருக்க வேண்டும். பெயரிலும் ஒரு புதுமை கலந்திருக்க வேண்டும். 'மிஸ் லீலா காமினி', 'மோஸ்தர் வல்லிபாய்' — இந்த ரகங் களில் பெயர் வைக்க வேண்டும்.
2. கதைகளைப் பற்றிக் கவலைப்பட வேண்டாம். ரெய்னால்ட், லீக்வே போன்ற ஆங்கில நாவலாசிரியரின் கதைகளைத் தழுவி எழுதிவிடலாம். கதையில் குறைந்தது ஒரு டஜன் காதலர்களும், அரை டஜன் விபசாரிகளும், பத்து டஜன் திருடர்களும், சில துப்பறிபவர்களும் இருந்தே தீர வேண்டும்.
3. கதை ஆரம்பத்தில் கொலை நடக்க வேண்டும். மத்தியில் ஆங்காங்கு திருட்டு இருக்க வேண்டும். எங்கேயாவது பற்றிக் கொண்டு எரிய வேண்டும். இவைகளெல்லாம் நவீன நாவ லின் லக்ஷணங்கள்.
4. சிற்றின்பமூட்டும்வண்ணம் கதைகளைச் சித்தரித்தால்தான் காசு. மாதவையாவின் *பத்மாவதி சரித்திரம்*, ராஜம் அய்யரின் *கமலாம்பாள் சரித்திரம்* — இந்த தினுசுகளில் புத்தகம் எழுதி னால் ஒருபோதும் விற்பனையாகாது. உஷார்! ஸ்திரீ வாசகர் களின் மனதையும் கவர முடியாது. ஆகவே ஜாக்ரதை.

சுதந்திரச் சங்கு, 8.7.1933

○

சான்றுப் பட்டியல்

இதழ்கள்

ஆனந்தகுண/அமிர்தகுண போதினி, 1928-29, 1932
ஆனந்த போதினி, 1915-36
ஆனந்த விகடன், 1930-33, 1940
இலக்கிய வட்டம், 1962-63
கலைமகள் (புதுவை), 1916-17
கலைமகள், 1932-48
குமரன், 1923-30
சக்தி, 1940-46
சுதந்திரச் சங்கு, 1933
சுதேசமித்திரன் (வாரப்பதிப்பு), 1943
சந்திரோதயம், 1945-46
செந்தமிழ்ச் செல்வி, 1927-36
ஞானபாநு, 1913-15
தத்துவ போதினி, 1864
பஞ்சாமிர்தம், 1924-25
பாரதமணி, 1937-44
மணிக்கொடி, 1933-38

லக்ஷ்மி, 1923–26
வசந்தம், 1945
விவேக சிந்தாமணி, 1892–1916
விவேகோதயம், 1916–20

நூல்கள் / கட்டுரைகள்
தமிழ்

அய்யாமுத்து, கோவை அ., *எனது நினைவுகள்*, சென்னை, 1973.

ஆறுமுகம், பூவை எஸ்., *புனைபெயரும் முதல் கதையும்*, மதுரை, 1967.

ஞானப்பிரகாசம் பிள்ளை, *வேதநாயக விற்பன்னர் சரித்திரம்*, சென்னை, 1890.

கைலாசபதி, க., *தமிழ் நாவல் இலக்கியம்*, சென்னை, 1987.

கைலாசபதி, க., *ஈழத்து இலக்கிய முன்னோடிகள்*, சென்னை, 1986.

சத்தியமூர்த்தி, எஸ்., *அருமைப் புதல்விக்கு*, சென்னை, 1945.

சண்முகம், அவ்வை தி. க., *எனது நாடக வாழ்க்கை*, சென்னை, 1986.

சாமிநாதையர், உ.வே., *என் சரித்திரம்*, சென்னை, 1990.

சாமிநாதையர், உ.வே., *ஸ்ரீ மீனாட்சிசுந்தரம் பிள்ளையவர்களின் சரித்திரம்*, 1938—1940.

சிட்டி—சிவபாதசுந்தரம், *தமிழ் நாவல்: நூறாண்டு வரலாறும் வளர்ச்சியும்*, சென்னை, 1977.

சிட்டி—சிவபாதசுந்தரம் (ப—ர்), *ஆதியூர் அவதானி சரிதம்*, கோயம்புத்தூர், 1994.

சீதாலட்சுமி, வே., *தமிழ் நாவல்கள்: அகரவரிசை*, சென்னை, 1985.

சீனிவாசன், அரங்க., *எழுத்துலக நாயகி*, சென்னை, 1988.

சுந்தா, *பொன்னியின் புதல்வர்*, சென்னை, 1976.

சுப்பிரமணிய அய்யர், ஏ.வி., *தற்காலத் தமிழ் இலக்கியம்*, சென்னை, 1985.

சுப்பிரமணியன், நா., *ஈழத்துத் தமிழ் நாவல் இலக்கியம்*, யாழ்ப்பாணம், 1978.

சுப்ரமண்யம், க.நா., *இலக்கியச் சாதனையாளர்கள்*, சிதம்பரம், 1987.

சுப்ரமண்யம், க.நா., *நாவல் கலை*, சென்னை, 1985.

சுப்ரமண்யம், க.நா., *படித்திருக்கிறீர்களா? 1—2*, சென்னை, 1958.

சுப்ரமண்யம், க.நா., *முதல் ஐந்து தமிழ் நாவல்கள்*, சென்னை, 1957.

சூரியநாராயண சாஸ்திரி, வி.கோ., *தமிழ் மொழியின் வரலாறு*, சென்னை, 1903.

தாமோதரம் பிள்ளை, சி.வை., *தாமோதரம்*, யாழ்ப்பாணம், 1970.

திரு.வி.க., *பெண்ணின் பெருமை அல்லது வாழ்க்கைத் துணை*, சென்னை, 1927.

திரு.வி.க., *வாழ்க்கைக் குறிப்புக்கள்*, சென்னை, 1982.

தி.ஜ.ர., *எப்படி எழுதினேன்*, மதுரை, 1943.

நுஃமான், எம்.ஏ., *மார்க்சியமும் இலக்கியத் திறனாய்வும்*, சிவகங்கை, 1987.

பாரதிதாசன், *மானுடம் போற்று*, சென்னை, 1984.

புதுமைப்பித்தன் கதைகள் (ப—ர்: ஆ. இரா. வேங்கடாசலபதி), நாகர்கோயில், 2000.

புதுமைப்பித்தன் கட்டுரைகள் (ப—ர்: ஆ. இரா. வேங்கடாசலபதி), நாகர்கோயில், 2002.

புதுமைப்பித்தன், *அன்னை இட்ட தீ* (ப—ர்: ஆ. இரா. வேங்கடாசலபதி), நாகர்கோயில், 1998.

ராமலிங்கம் பிள்ளை, நாமக்கல், *என் கதை*, சென்னை, 1944.

வ.வே.சு.ஐயர் கட்டுரைகள் (ப — ர்: பெ.சு. மணி), திருநெல்வேலி, 1981.

வேங்கடசாமி, மயிலை சீனி., *பத்தொன்பதாம் நூற்றாண்டில் தமிழ் இலக்கியம்*, சென்னை, 1962.

ஜெயமோகன், *நாவல்*, சென்னை, 1995.

ஆங்கிலம்

Brown, Hilton, 'South India in Present Day Fiction', *Journal of the East India Association*, New Series, vol. XXIX, 1938.

Cavallo, G., Chartier, R. (eds.), *A History of Reading in the West*, Cambridge, 1999.

James, Louis, *Fiction for the Working Man*, Harmondsworth, 1974.

Manguel, Alberto, *A History of Reading*, London, 1996.

Humm, P., et. al. (eds.), *Popular Fictions: Essays in Literature and History*, London & New York, 1986.

Mukherjee, Meenakshi, *The Perishable Empire*, New Delhi, 2001.

Mukherjee, Meenakshi , *Realism and Reality: The Novel and Society in India*, New Delhi, 1985.

Mukherjee, Meenakshi , (ed.), *Early Indian Novels*, New Delhi, 2002.

Purnalingam Pillai, M.S., *Tamil Literature,* Munnirpallam, 1929.

Srinivasachari, C.S., 'Studies in the Growth of Modern Tamil' in *Annals of the Bhandarkar Oriental Research Institute*, Vol. XXIII, 1942 (Silver Jubilee Volume, 1943).

Thomas, Keith, 'The Meaning of Literacy in Early Modern England' in G.Bauman (ed.), *The Written Word: Literacy in Transition*, Oxford, 1986.

Venkatachalapathy, A.R., 'Domesticating the Novel: Culture and Society in Inter-War Tamilnadu', *The Indian Economic and Social History Review*, 1997.

Venkatachalapathy, A.R., 'Fiction and the Tamil Reading Public', in M. Mukherjee (ed.), *Early Indian Novels*, New Delhi, 2002.

Venkatachalapathy, A.R., 'Reading Practices and Modes of Reading in Colonial Tamilnadu', *Studies in History*, 1994.

Venkatachalapathy, A.R., 'Songsters of the Crossroads: Popular Literature in Colonial Tamilnadu', *South Indian Folklorist*, 1999.

மந்திர சமய மருத்துவம் – Magico-religious medicine
மந்திரச் சொற்கள் – Spells
மனித உருப்பெற்ற தெய்வங்கள் – Incarnate Human Gods
மனித உருவக் கற்பனை – Anthropomorphism
மனித மந்தை – Primitive Herds
மாற்றீட்டுச் சடங்கு – Rite of Transference
மானிடவியல் – Anthropology
மேலோர் – Elite
மேல்நிலையாக்கம் – Sanskritization
யதார்த்தம் – Reality
உளவியல் யதார்த்தம் – Psychological reality
கண்கூடான யதார்த்தம் – Material reality
வட்ட நடனம் – Round dance
வரைமுறையற்ற பாலுறவு – Promiscuity
விலக்கு – Taboo

✡